ययाती आणि देवयानी

वि.वा.शिरवाडकर यांची प्रकाशित नाटके :

दूरचे दिवे (१९४६)

दुसरा पेशवा (१९४७)

वैजयंती (१९५०)

कौंतेय (१९५३)

राजमुकुट (मॅक्बेथ) (१९५४)

ऑथेल्लो (१९६१)

आमचं नाव बाबुराव (१९६५)

ययाती आणि देवयानी (१९६८)

वीज म्हणाली धरतीला (१९७०)

बेकेट (१९७१)

नटसम्राट (१९७१)

विदूषक (१९७३)

एक होती वाघीण (१९७५)

आनंद (१९७६)

मुख्यमंत्री (१९७७)

चंद्र जिथे उगवत नाही (१९८१)

महंत (१९८६)

कैकेयी (१९८९)

किमयागार (सहलेखक : सदाशिव अमरापूरकर) (१९९६)

नाटिका / एकांकिका

दिवाणी दावा (१९५४)

देवाचे घर (१९५६)

नाटक बसते आहे (१९६१)

संकीर्ण

प्रकाशाची दारे (२००२)

ययाती आणि देवयानी

वि. वा. शिरवाडकर

पॉप्युलर प्रकाशन, मुंबई

ययाती आणि देवयानी
(म-२५३)
पॉप्युलर प्रकाशन
ISBN 978-81-7185-774-6

YAYATI ANI DEVYANI
(Marathi : Play)
V. V. Shirwadkar

© १९६६, पॉप्युलर प्रकाशन प्रा.लि.

पहिली आवृत्ती : १९६६/१९८८
शिरवाडकर जन्मशताब्दी विशेष : २०१२/१९३३
दुसरे पुनर्मुद्रण : २०२१/१९४३

प्रकाशक
हर्ष भटकळ
पॉप्युलर प्रकाशन प्रा.लि.
३०१, महालक्ष्मी चेंबर्स
२२, भुलाभाई देसाई रोड
मुंबई - ४०० ०२६

वि.वा.शिरवाडकर यांची सर्वनाटके
आणि एकांकिका यांच्या प्रयोगाचे
सर्व हक्क प्रकाशकाकडे आहेत.
आगाऊ लेखी परवानगीशिवाय
या नाटकाचा कोणीही प्रयोग
करू नये. तालमींना प्रारंभ
करण्यापूर्वी परवानगी आणि
परवानगी-मूल्य या संबंधात
पॉप्युलर प्रकाशन प्रा.लि.
३०१, महालक्ष्मी चेंबर्स
२२, भुलाभाई देसाई रोड
मुंबई - ४०० ०२६
या पत्त्यावर पत्रव्यवहार करावा.

माझ्या पहिल्या दोन नाटकांचे दिग्दर्शक
आणि आमच्या मित्रमंडळातील
एक अत्यंत निकराचा माणूस
श्री. बाळासाहेब यांस सप्रेम–सादर

पहिल्या आवृत्तीची प्रस्तावना

कच-देवयानीच्या आख्यानावरील 'विद्याहरण' हे नाट्याचार्यांचे नाटक विख्यातच आहे. त्याच्या पुढील, म्हणजे ययाती-देवयानीच्या कथाभागावर प्रस्तुत नाटक लिहिले आहे. महाभारतातील मूळ कथानक संक्षिप्त आणि स्थूल असले तरी कल्पकतेला आणि नवीन अर्थशोधाला आव्हान देण्याचे त्यातील सामर्थ्य अपार आहे. 'विद्याहरण' नंतर श्री. वि. स. खांडेकरांनी असा फार मोठा प्रयत्न आपल्या 'ययाती' या कादंबरीत केला आहे. या कादंबरीनेच या नाट्यलेखनास स्फूर्ती आणि पुष्कळसा आधारही दिला आहे. त्याबद्दल भाऊसाहेब खांडेकरांचा आणि प्रथमपासून प्रेरणा आणि साहाय्य दिल्याबद्दल श्री. मो. ग. रांगणेकरांचा मी ऋणी आहे.

या नाटकासाठी महाभारतातील मूळ कथानकात काही महत्त्वाचे फेरबदल केले आहेत. नाटकासाठी जे कार्यकारी सूत्र मी गृहीत धरले त्याच्या परिपोषासाठी हे बदल मला आवश्यक वाटले. पौराणिक कथा या बहुतांशी काल्पनिक कथा असतात. लेखकाने त्यातील आपल्याला उत्कटतेने जाणवेल असे सूत्र घेऊन त्याच्याशी सुसंगत असा नवा तपशील त्याच्या भोवती उभारावा, अथवा मुळात असलेला परंतु विसंगत असा तपशील गाळावा, बदलावा, यात काहीही वावगे नाही आणि नवीनही नाही. कालिदासासारख्या कविकुलगुरूनेच ही स्वातंत्र्याची सनद नाट्यक्षेत्रासाठी मिळवून ठेवली आहे.

हे नाटक रंगभूमीवर आणण्यासाठी श्री. गोपीनाथ सावकार यांनी जे परिश्रम घेतले आणि जो उत्साह दाखविला त्याला मर्यादा नाही. दैवी आपत्तीवर मात करून रंगभूमीवर पुन्हा पदार्पण करण्याची या जुन्या अनुभवी कलावंताची जिद्द खास 'मराठी' आहे. जितेंद्र अभिषेकी या प्रतिभावान गायकाने नाटकाला स्वराची साथ दिली आणि दिवाकरांनी त्याचे आकर्षक नेपथ्य सिद्ध केले. या सर्वांचे आणि नाटकास भूमिका करणाऱ्या सर्व कलावंतांचे मी मन:पूर्वक आभार मानतो.

नाशिक
१ सप्टेंबर १९६६

वि. वा. शिरवाडकर

प्रकाशकाचे मनोगत

वि. वा. शिरवाडकर यांच्या जन्मशताब्दी वर्षात त्यांच्या एकूण नाट्यलेखनापैकी तेरा नाटके आणि त्यांच्या स्फुट नाट्यलेखनाचे एक पुस्तक अशा चौदा पुस्तकांचा संच 'शिरवाडकर जन्मशताब्दी विशेष' म्हणून सादर करताना आम्हाला विशेष आनंद होत आहे.

त्यांपैकी 'ययाती आणि देवयानी' हे विशेष महत्त्वाचे. सुरुवातीच्या काळात राम गणेश गडकरी आणि कृष्णाजी प्रभाकर खाडिलकर यांच्या प्रभावाखाली असलेल्या शिरवाडकरांना स्वतःचे वेगळेपण सापडले ते 'ययाती आणि देवयानी' या नाटकाच्या वेळी, असे त्यांनीच लिहून ठेवले आहे. या नाटकाचा प्रयोग होऊन पंचेचाळीस वर्षे झाली तरीही हे नाटक अजूनही जिवंत वाटते. या नाटकाचे प्रयोग निरनिराळ्या संस्थांच्या वतीने आजही होत असतात.

सातत्याने प्रयोग न होणाऱ्या शिरवाडकरांच्या नाटकांच्या संहितांनाही विशेष महत्त्व प्राप्त झाले आहे. नाट्यगुण आणि काव्यगुण यांचा संगम ज्यात सापडतो अशा शिरवाडकरांच्या नाट्यसंहितांना तर विशेष महत्त्व आहे.

'शिरवाडकर जन्मशताब्दी विशेष' आवृत्तीत मूळ संहिता काळजीपूर्वक छापली आहेच. पहिल्या प्रयोगाशी संबंधित नाट्यकर्मींना आपल्या आठवणी लिहिण्याची विनंती केली. 'ययाती आणि देवयानी' नाटकात सुरुवातीपासून कचाची भूमिका करणारे रामदास कामत यांनी अत्यंत मोलाची माहिती पुरविली आहे.

नाटकाच्या संहिता छापताना त्यातील फोटो देण्याची जुनी प्रथा होती. परंतु त्यामुळे पात्रांचे समीकरण विशिष्ट कलाकारांशी होते आणि नंतरच्या नाट्यकर्मींवर बंधने येतात, वाचकांनाही मुक्तपणे आस्वाद घेता येत नाही म्हणून पॉप्युलरने ही प्रथा टाळली.

या आवृत्तीच्या जडणघडणीत रामदास कामत, नाना वळवईकर, अरुण होर्णेकर श्री. शं. सराफ, चित्रकार अच्युत पालव, छायाचित्रकार धनंजय गोवर्धने आणि शेखर गोडबोले यांचे विशेष साहाय्य झाले. त्यांचे मनःपूर्वक आभार.

१ जानेवारी २०१२   – प्रकाशक
मुंबई

या नाटकाचा पहिला प्रयोग दि. २० ऑगस्ट १९६६ रोजी 'कलामंदिर'तर्फे डॉ. भालेराव नाट्यगृह, मुंबई येथे सादर करण्यात आला.

दिग्दर्शन	:	गोपीनाथ सावकार
संगीत	:	जितेंद्र अभिषेकी
निर्मिती	:	वसंतराव सावकार
नेपथ्य	:	गोविंदराव दिवाकर
शर्मिष्ठा	:	कान्होपात्रा
देवयानी	:	लता काळे
विदूषक	:	छोटू सावंत
ययाती	:	मा. दत्ताराम
संन्यासी	:	परशराम सामंत
कच	:	रामदास कामत
रंगभूषा	:	एस. मराठे
वेशभूषा	:	श्रीपाद कदम
नृत्य	:	चंद्रकांत हडकर
प्रकाश	:	चंदर होनावर, बापू आंगणे
साथ	:	तुळसीदास बोरकर, केशव नावेलकर, भोसले
व्यवस्था	:	हरिभाऊ कुलकर्णी
रंगमंच	:	परशराम शिर्के

अंक पहिला

[प्रतिष्ठाननगर.
राजगृहातील महाल.
वेळ रात्रीची.
समोरच्या प्रशस्त खिडकीजवळ शर्मिष्ठा उभी आहे. बाहेर दूरवर नगरातील दिव्यांची आरास आणि चंद्रज्योतींच्या उसळत्या रंगीत ज्वाला दिसत असतात. वाद्यांचे आणि घंटांचे सुस्वर आवाज अस्पष्टपणाने कानांवर येतात. क्षणभराने शर्मिष्ठा खिडकीवरील पडदा सारते आणि संथ पावलांनी आत येते.
शर्मिष्ठेची वेशभूषा साधी, अलंकारहीन आहे. स्वरूपावर दुर्दैवाची सावली पडलेली. जीवनातील काही अमोल वस्तू हरवून बसलेल्या स्त्रीसारखी तिची मुद्रा दिसते. महालात एकाच दिव्याचा अंधुक प्रकाश आहे. शर्मिष्ठा कोपऱ्यामध्ये असलेल्या दीपपात्रातील वाती पेटवून महाल प्रकाशित करते. क्षणभर दिव्याच्या वातीकडे एकाग्र नजरेने पाहते आणि नंतर गाऊ लागते.]

शर्मिष्ठा : तिमिरातुनी तेजाकडे
ने दीपदेवा जीवना।
ज्योतीपरी शिवमंदिरी।
रे जागवी माझ्या मना।।
दे मुक्तता भयहीनता
अभिमान दे दे लीनता
दे अंतरा शुभदायिनी
मलयानिलासम भावना।।

देवयानी : (बाहेरून) शर्मिष्ठे, अग शर्मिष्ठे—
[देवयानी प्रवेश करते.
गाण्यात मग्न असलेल्या शर्मिष्ठेकडे सस्मित मुद्रेने पाहत उभी राहते आणि नंतर

पुढे येऊन त्याच गीताचा एक चरण उचलते आणि वेगळ्या ढंगाने, वेगवान लयीने ते स्वत: गाऊ लागते.

शर्मिष्ठा चपापून बाजूला जाऊन उभी राहते.

देवयानीचे गाणे संपते.]

देवयानी : (हसते.) शर्मिष्ठे, तुला आठवतं का?

शर्मिष्ठा : काय, भगवती?

देवयानी : माधवाचार्यांच्या गायनशाळेमध्ये हे एकच गाणं आपण दोघांनी म्हटलं होतं. परीक्षेच्या वेळी.

शर्मिष्ठा : होय, भगवती.

देवयानी : सभागृहातील मंचकावर माझे बाबा होते, महाराज वृषपर्वा बसले होते आणि– हो, कचदेवही बसले होते, आठवतं?

शर्मिष्ठा : होय देवी, आठवतं.

देवयानी : त्या तिघांची मनं जिंकण्यासाठी आपण केवढी पराकाष्ठा केली होती! आणि सभागृहातील स्तुतीचे गजर ऐकल्यावर मला वाटलं की मी जिंकले.

शर्मिष्ठा : होय देवी, आपणच सभागृहाला जिंकलं.

देवयानी : होय, सभागृहाला; पण कचदेवांना नाही. आत आल्यावर ते माधवाचार्यांना म्हणाले, देवयानीच्या गाण्यात स्वर आहे आणि शर्मिष्ठेच्या गाण्यात रस आहे, नुसत्या स्वरांचा विलास मला आवडत नाही. सभागृहातील सारी प्रशंसा त्या दोन वाक्यांनी विरघळून गेली. मी घरी गेले आणि धुमसून रडायला लागले.

शर्मिष्ठा : कचदेवांनी केवळ थट्टा केली, भगवती. काही तरी कुस्पट काढून आपणा दोघींना रडायला लावण्यात तेव्हा त्यांना फार मौज वाटायची.

देवयानी : कचदेवांनी खोटं सांगितलं नाही. मीच वेडी होते तेव्हा. कोणतंही गाणं– अगदी माणसाच्या आयुष्याचंदेखील–रसानं रंगत नाही, तर स्वरानं रंगतं हे त्या वेळी मला माहीत नव्हतं. मी स्वराची उपासना केली म्हणूनच आज प्रतिष्ठानची सम्राज्ञी झाले आहे. रसाच्या मागे वाहवत गेले असते तर एखाद्या भिकारड्या आश्रमात सासऱ्याची फाटकी वस्त्रं दुरुस्त करीत बसले असते. कचदेवांना माझं गाणं आवडलं नाही हेच फार चांगलं झालं. – महाराजांकडून कोणी दूत आला होता का?

शर्मिष्ठा : नाही, भगवती.

देवयानी : विवाहाच्या पहिल्या रात्रीही महालात यायला उशीर करणारी ही माणसं राजवाड्यातच जन्माला येऊ शकतात. पट्टराणीचा निरोप वाऱ्यावरच विरून गेला म्हणायचा!

शर्मिष्ठा : निरोप?

देवयानी : तू प्रतिहाराबरोबर निरोप पाठवला नाहीस?

शर्मिष्ठा : नाही– मी– आपण मला–

देवयानी : अशोकवनातील शिवालयात महाराज मला भेटणार होते. पण जलाशयमंदिरातून मी परस्पर इकडे आले. आणि हेच प्रतिहाराबरोबर त्यांना कळव म्हणून मी तुला मघाशी सौधावर सांगितलं होतं. (एकदम कठोर स्वरात) का नाही कळवलंस?

शर्मिष्ठा : मी ऐकलं नाही, देवी.

देवयानी : ऐकलं नाही हे खोटं! शब्द कानांवर पडले तरी पाय पुढे जायला तयार नसतात तुझे. मी पाहून ठेवलंय. तुझी राजकन्येची मिजास अद्याप उतरलेली नाही.

शर्मिष्ठा : असं नाही देवी. ज्या दिवशी दासी म्हणून मी आपल्या पायांचा आश्रय घेतला त्या दिवशी माझं राजकन्येचं आयुष्य संपलं. त्या क्षणी वृषपर्व्याची मुलगी मेली आणि देवयानीची दासी जन्माला आली.

देवयानी : (महालाच्या मध्यभागाकडे जात असताना मागे वळून पाहते.) अस्सं? मला तर येथे दानवेश्वराची मुलगीच माझ्यासमोर उभी असलेली दिसते आहे. शर्मिष्ठे, तुझ्यासारखी गर्वशील माणसं आपण होऊन कधी मरत नाहीत. त्यांना मारावं लागतं. ठेचून ठेचून मारावं लागतं. गवताचं पान नुसतं पायाचं नख लागलं तरी जमिनीवेगळं होतं. पण कुऱ्हाडीचे सहस्र प्रहार केल्याशिवाय वडाचा वृक्ष कधी कोलमडून पडत नाही. दानवकुळातली मुलगी आहेस तू!

शर्मिष्ठा : भगवती, माझ्या हातून चूक झाली.

देवयानी : सांगितलं ते सारं साहित्य आतल्या महालात नेऊन ठेवलंस?

शर्मिष्ठा : होय, ठेवलं आहे.

देवयानी : मंचकावर मी सांगितलेल्या अत्तरांचं सिंचन केलंस?

शर्मिष्ठा : होय, केलं आहे महाराणी.

देवयानी : आणि फुलांचे गुच्छ–गजरे?

शर्मिष्ठा : (उत्साहाने) होय. तेही तयार आहेत. मी माझ्या हातानं गुफंले आहेत भगवती ते पाहा.

[पलीकडे तिवईवर असलेले, फुलांचे गजरे घेऊन येते.]

देवयानी : (हसत) शाबास! बटकीच्या व्यवसायात तुझी बरीच प्रगती झालेली दिसते. केव्हा केव्हा मला वाटतं शर्मिष्ठे, दासीचे गुणच तुझ्या अंगात जन्मापासून अधिक आहेत. नाहीतर या नव्या पेशात तू इतक्या लवकर रुळली नसतीस. राजवाड्यात तुझा जन्म झाला खरा, पण तुझ्या राजबन्सी रक्तामध्ये बटकीच्या रक्ताची एक

धारा केव्हा तरी मिसळलेली दिसते!

शर्मिष्ठा : (हातातील गजरे खाली फेकून, संतापाने) दुष्ट! नीच! चांडाळीण—

देवयानी : (स्मित करीत) अस्सं!

शर्मिष्ठा : देवयानी, तुझं दास्य पत्करलं असलं तरी मी दानवेश्वराची कन्या आहे हे मी विसरू शकत नाही आणि तूही विसरू नकोस. हातून घडलेल्या अपराधाचं प्रायश्चित्त म्हणून, दानवांच्या कुळाची आणि राज्याची हानी होऊ नये म्हणून, मी दासी होऊन तुझ्या पायाशी उभी राहते आहे. पण म्हणून मी माझा अभिमान मारून टाकला आहे असं नाही. होय, तू म्हणालीस ते खरं आहे. इंद्राच्या सिंहासनापुढेही मान न झुकविणाऱ्या, शंभर वेळा देवांना समरांगणात चिरडून काढणाऱ्या दानवकुळात या शर्मिष्ठेचा जन्म झाला आहे. स्वाभिमानानं जगणारी आणि स्वाभिमानासाठी मरणारी जमात आहे आमची. यजमानांच्या कृपाकटाक्षावर आणि दानदेणगीवर जगणाऱ्या एखाद्या-एखाद्या-

[आवेगाने तोंड झाकून घेते.]

देवयानी : बोल-बोल-दानदेणगीवर जगणाऱ्या एखाद्या भटुरग्याच्या घरात माझा जन्म झाला नाही-तुझ्यासारखा! असंच ना?

शर्मिष्ठा : (रडत) नाही, नाही-तसं नाही! नतद्रष्ट जीभ आहे माझी. जे मनात नाही ते बोलून गेली.

देवयानी : भलतंच! दरिद्री आप्तासारखं सत्य असं अचानक केव्हातरी समोर येऊन उभं राहतं आणि माणसाला अस्वस्थ करतं. तू बोललीस तेच खरं. माणसाचं मन म्हणजे पाताळापर्यंत पोचलेली एक भयानक विहीर, ज्या विहिरीत तू मला लोटून दिलं होतंस त्या विहिरीसारखी—

शर्मिष्ठा : नाही, देवयानी, खरं नाही ते!

देवयानी : पुन्हा देवयानी?

शर्मिष्ठा : चुकले- मी- भगवती.

देवयानी : (किंचित हसून) भयानक खोल विहीर! काळोखात गुदमरलेली, शेवाळ्यानं आणि मेलेल्या पक्ष्यांच्या पिसांनी झाकलेली, भुताखेतांनी पृथ्वीच्या पोटात खणलेल्या विवरासारखी. पण केव्हातरी वरून एखादी देवयानी आत पडते आणि त्या भुताटकी पाण्यावरील आच्छादन बाजूला होऊन आतलं कालकूट बाहेर डोकावू लागतं. असंच-असंच तुझ्या मनातील कालकूट माझ्या शब्दांनी बाहेर आणलं आहे. पण मला समाधान वाटतं. तुझं मन जिवंत आहे, तुझा अभिमान अजून धगधगतो आहे हे पाहून मला समाधान वाटतं. कारण नागीण जिवंत आहे, जायबंदी आहे, तोपर्यंतच तिच्या तोंडावर टाच रोवून उभं राहण्यात मौज असते.

दासीपणातील नम्रतेचं आणि लाचारीचं सोंग तू फार लवकर सजवलं होतंस. माझं समाधान त्यामुळे कमी व्हायला लागलं होतं. छान झालं! दासीपणाचं कवच फोडून तुझ्यामधली राजकन्या क्षणभर बाहेर आली. डोळ्यांतून निखारा आणि तोंडातून गरळ ओकलीस-फार चांगलं झालं! शर्मिष्ठे, आता तरी लक्षात आलं का? क्षात्रतेज संतप्त झालं तर फार तर शत्रूचा संहार होईल, पण जेव्हा ब्रह्मतेज क्रोधानं धगधगू लागतं तेव्हा त्रैलोक्याचा सारा प्रपंच गवताच्या गंजीसारखा जळायला लागतो. यजमानांच्या कृपाकटाक्षावर आणि दानदेणगीवर जगणाऱ्या भिक्षुकांची ही करामत आणि कमाई आहे!

शर्मिष्ठा : भगवती, मर्यादेचं उल्लंघन करून जे बोलायला नको ते मी बोलून गेले. मला क्षमा करा. आपण उदार आहात, दयाशील आहात—

देवयानी : मी तशी काहीही नाही. उदार! दयाशील! -मूर्खांचे, लंपटांचे आणि निष्ठाहीनांचे सद्गुण आहेत हे. देवयानीजवळ दया नाही, श्रद्धेची प्रतारणा करणारं ते फसवं औदार्यही नाही; पण तरीसुद्धा या आनंदाच्या-आमच्या मीलनाच्या पहिल्या रात्री-मी तुला क्षमा करायला तयार आहे. पण एका अटीवर. ठेव, माझ्या पायांवर डोकं ठेव आणि प्रतिज्ञा कर-दानवांच्या हलकट कुळात जन्माला आलेली मी शर्मिष्ठा-हो, अगदी या शब्दांत-आपल्या दासीपणाचा मनोभावानं स्वीकार करते; दासीपणाला न शोभणारे शब्द माझ्या तोंडातून पुन्हा कधीही बाहेर पडणार नाहीत. -कर प्रतिज्ञा!

शर्मिष्ठा : दानवांच्या हलकट कुळात जन्माला आलेली ! देवयानी, का- का असा माझा चेंदामेंदा करते आहेस? कुठल्या जन्मींचं वैर उजवते आहेस? तुझ्या ब्रह्मतेजानं माझ्या स्वातंत्र्याची, माझ्या सुखाची, माझ्या सगळ्या सुंदर स्वप्नांची आहुती घेतली, तेवढी पुरी नाही का? लाचारीनं अशी आठवण देऊ नये, पण देते. थोड्याच दिवसांपूर्वी आपण गळ्यात गळा घालणाऱ्या मैत्रिणी होतो, सारी सुखदुःखं विभागून घेणाऱ्या जिवलग सख्या होतो—

देवयानी : होतो, पण आज नाही! आज तू माझी दासी आहेस, मी तुझी स्वामिनी आहे.

शर्मिष्ठा : होय, हजार वेळा म्हणते की, मी तुझी दासी आहे. पण तेवढ्यासाठी, जखमी झालेलं माझं मन, चाबकाचे फटकारे मारून, असं वारंवार रक्तबंबाळ करायला हवं का? की तुझं कचदेवावर प्रेम होतं, त्यात मी काही—

देवयानी : खबरदार, एक शब्द पुढे बोलशील तर! तुझ्यामधली राजकन्या पुन्हा जागी झाली. ठीक आहे. मी आत्ता-या क्षणी-बाबांकडे दूत रवाना करते आणि त्यांना कळविते की, शर्मिष्ठेनं आपली शपथ मोडली आहे, दासीपण झुगारून दिलं आहे.

यापुढे दानवांच्या राज्यात एक दिवसभरही राहण्याचं तुम्हाला कारण नाही. तुमच्या साऱ्या विद्या, सारी सामर्थ्यं घेऊन तुम्ही हिमाचलात तपश्चर्येला निघून जा.

शर्मिष्ठा : (अगतिकतेने) नको, महाराज्ञी!

देवयानी : शुक्राचार्य गेले म्हणजे दानवांचं तेज गेलं. बाबा दूर गेल्याची वार्ता समजताच, देवांच्या सेना वज्रासारख्या दानवांवर कोसळतील आणि त्यांचा चक्काचूर करतील. दानवांचं सनातन राज्य नामशेष होईल. तुझा बाप, तुझे सारे भाऊ, तुझे सारे आप्त कोल्ह्याकुत्र्यांच्या आणि गिधाडांच्या भक्ष्यस्थानी पडतील.

शर्मिष्ठा : भगवती, ठेवते, मी तुमच्या पायांवर डोकं ठेवते. मला क्षमा करा.

देवयानी : ठेव डोकं आणि कर मी सांगितलेल्या शब्दांचा उच्चार. म्हण—दानवांच्या हलकट कुळात—

शर्मिष्ठा : (पायांवर हात ठेवून) दानवांच्या हलकट कुळात जन्माला आलेली मी शर्मिष्ठा आपल्या दासीपणाचा मनोभावानं स्वीकार करते. दासीपणाला न शोभणारे शब्द माझ्या तोंडातून यापुढे पुन्हा कधीही निघणार नाहीत.

देवयानी : जा, ऊठ-तुला क्षमा केली आहे. बाहेर जा आणि महालाच्या दाराशी रात्रभर उभी राहा.

[शर्मिष्ठा जाते.]

देवयानी : म्हणे कचदेवावर तुझं प्रेम होतं! होय, होतं. पण आता ते प्रेम मी माझ्या अंतःकरणातून, माझ्या जीवनातून, कस्पटासारखं दूर फेकून दिलं आहे. समजलीस? आणि तुझ्याविषयी त्यांच्या मनात उत्पन्न झालेल्या आपुलकीचं रूपांतर प्रेमात होऊ नये म्हणून तुलाही जन्माची दासी करून मी प्रतिष्ठानला घेऊन आले आहे. जे भाग्य माझ्या नशिबी नाही, ते तुझ्याही नाही. पण भाग्य तरी कसलं? कचदेव मोठे आहेत, पण आकाशातली फुलं पृथ्वीवर माळता येत नाहीत. स्वतःच्या विचारात आणि जगाच्या कल्याणात मग्न होऊन राहणारी ही माणसं नवरे म्हणून निव्वळ नालायक! कसलं भाग्य त्यात? पुढे केलेला माझा हात झिडकारून त्या ऋषिपुत्रानं माझ्यावर मोठा अनुग्रहच केला. दारिद्र्याच्या विषामध्ये परमार्थाचा मध मिसळला म्हणजे त्याचे घोट रुचकर लागतात हे खरं. पण अखेरी ते विषच. मनात आणि शरीरात चरत जाणारं. उपेक्षेच्या आणि अवहेलनेच्या भट्टीमध्ये जीवन क्षणाक्षणानं जाळणारं. माझे बाबा एवढे दानवांचे राजगुरू-त्रैलोक्याला वंद्य असलेले तपस्वी- बृहस्पतीलाही मत्सर वाटावा असे विद्यावंत, पण त्यांच्या एकुलत्या एक लाडक्या मुलीचा अपमान करायला त्या गर्विष्ठ राजकन्येला क्षणभरही दिक्कत वाटली नाही. नाही-ज्ञानानं हातात कटोरा घेऊन भीक मागावी आणि अज्ञानानं (सिंहासनावर बसून त्याचं पालनपोषण करण्याचा उदार आव आणावा-ही परंपरा कोणी तरी

तोडायला हवी. मी तोडली आहे ती. दारिद्रयानं आच्छादित होत नाही असा कोणताही सद्गुण या सृष्टीमध्ये नाही. कचदेवासारख्या महापुरुषांनादेखील देवयानीच्या सद्गुणांपेक्षा शर्मिष्ठेच्या अलंकारांचा मोह कदाचित अधिक वाटला असेल. अशा आशाळभूत ढोंगी माणसाचा दरिद्री संसार साजरा करण्यात कोणतं सुख-कसलं भाग्य? भाग्य हे आहे जे आज मला मिळालं आहे. प्रतिष्ठानच्या राजवाड्यात, ययाती महाराजांसारख्या थोर सम्राटाच्या सहवासात, स्वर्गीय ऐश्वर्याचं सोनेरी कमळ भोवताली पाकळी पाकळीनं उमलतं आहे. हे भाग्य!

स्वर्ग मला सुभग आज
धरतीवर गवसला।
अमरांसहि अजय असा
राजमुकुट लाभला।।
भुवनवीर पति नृपाल
अतुल विभव बल विशाल
नंदनमय जीवनात
कल्पवृक्ष बहरला।।

[विदूषक प्रवेश करतो.]

देवयानी : कोण- विदूषक?

विदूषक : होय देवी, विदूषक! अगदी खराखुरा, भेसळ नसलेला, उघडावाघडा विदूषक.

देवयानी : म्हणजे काय?

विदूषक : म्हणजे असं की, काही विदूषक खरोखर विदूषक असतात; पण आपण विदूषक नाही असं दाखवायचा प्रयत्न करतात; तर काही विदूषक मुळात विदूषक नसतात आणि तरीही आपण विदूषक आहोत असं सिद्ध करण्याच्या नेहमी खटाटोपात असतात. आमच्याजवळ ही भानगड नाही. अस्सल नाणं आहे आमचं. वृत्तीनं विदूषक, वेशानं विदूषक आणि पेशानंही विदूषकच. बाकी माझं मत म्हणाल तर भगवती, असं आहे की- सांगू का?—

देवयानी : सांगा की. ऐकण्यावाचून दुसरी गती दिसत नाही.

[आसनावर बसते.]

विदूषक : योग्य आहे. अगतिक माणसांना विदूषकासारखा दुसरा सोयरा नाही. माझा सिद्धान्त भगवती, असा आहे की, मुळामध्ये सारीच माणसं विदूषक असतात. पेटलेली माणसं-मिटलेली माणसं, हसणारी माणसं-रडणारी माणसं, गाजणारी माणसं-लाजणारी माणसं, सिंहासनावर चढलेली-उकिरड्यावर पडलेली-सारी

माणसं आमच्याच प्रांतातली. कोणत्याही माणसाचं सांस्कृतिक सालपट जरा खरवडून काढलं की आतली विदूषकाची बनावट दिसायला लागते. आता महाराजांचच घ्या ना—

देवयानी : कोणते महाराज?

विदूषक : आपले ययाती महाराज. दिसायला दैदीप्यमान, बोलायला लागले म्हणजे प्रत्यक्ष बृहस्पती, लढायला लागले म्हणजे साक्षात वीरभद्र! अश्वमेध केला तेव्हा साऱ्या जगानं सर्वश्रेष्ठ क्षत्रिय म्हणून त्यांचा जयजयकार केला. पण कसचं काय! हे वरचे पापुद्रे जरा बाजूला केले की आतमध्ये निव्वळ विदूषक. आता आज तुमच्या अनुभवाला येईलच म्हणा.

देवयानी : तुम्हाला वाटेल तेथे जाण्याचा आणि वाटेल ते बोलण्याचा अधिकार आहे हे मला माहीत आहे; पण त्यांच्यासंबंधी असं भलतंसलतं बोलू नका. माझे पतिदेव आहेत ते.

विदूषक : आता त्याला काय उपाय आहे? अगोदर माझा सल्ला घेतला असता तर-! पण भगवती, पतिदेवच काय, पण नुसता देवदेखील स्त्रीच्या रंगमंदिरात आला की विदूषक होतो. देवळात जाताना पादत्राणं बाहेर ठेवतात ना, त्याप्रमाणे स्त्रीच्या सहवासात जाताना पुरुष आपलं सारं शहाणपण, सारा पराक्रम, सारं तारतम्य बाहेर ठेवून जातो. पुरुषाला विदूषक करणारी महान शक्ती म्हणजे स्त्री!

देवयानी : आणि स्त्रीला?

विदूषक : स्त्रीला विदूषक करणारी महान शक्ती म्हणजे तिचं अपत्य. अगदी पोटात असतानासुद्धा ते आपल्या आईला विदूषक बनवतं. मग बाहेर आल्यावर तर विचारूच नका! आता तोही अनुभव तुम्हाला यायचाच आहे म्हणा. एकूण काय, सगळा संसार विदूषकांनी भरला आहे. जग म्हणजे विदूषकांचं वसतिगृह!

देवयानी : मग काय सर्वांनी संसार सोडून हिमालयात जायला हवं?

विदूषक : अहो, तिकडेही तोच प्रकार! किंबहुना संसारातील विदूषकांपेक्षा संसाराबाहेरील विदूषक विदूषकीत जास्त वाकबगार. आपल्या ययाती महाराजांचे एक थोरले भाऊ होते, तुम्हाला ठाऊक आहे?

देवयानी : होय, ऐकलं आहे. लहान वयातच विरक्ती येऊन ते तपश्चर्येसाठी दूर निघून गेले असं म्हणतात.

विदूषक : कपाळाची विरक्ती! अहो, म्हातारपण झालं की निसर्गाकडूनच वैराग्याचं आज्ञापत्र येतं. अगदी घरबसल्या. त्याच्यासाठी ही अगोदरच धामधूम कशाला? कच्च्या मडक्यात पाणी भरलं की ते चहूकडून गळणारच. सुग्रास अन्नाचं ताट बाजूला सारायचं आणि हात खरकटे झाले असं समजून ते जन्मभर धूत बसायचं,

यात काय अर्थ आहे? बालवयात बालासारखं, तरुणपणात तरुणासारखं आणि वृद्धापकाळात वृद्धासारखं वागणं हाच शहाणपणाचा मार्ग. पण हे महाराजांच्या त्या भावाला–यतीला–सुचलं नही. ज्या वयात देवीचा शोध करायचा, त्या वयात देवाचा शोध घ्यायला हे राजश्री बाहेर पडले.

देवयानी : ते कधीच परत आले नाहीत? कोणाला कधी भेटले नाहीत?

विदूषक : तेही एक प्रकरण झालं! अश्वमेधाच्या यात्रेत ययाती महाराजांना त्यांचं एकदा दर्शन झालं असं म्हणतात. दिसले आणि नाहीसे झाले. सदावर्तातील तुपाच्या धारेसारखे. वैराग्य वाढलं होतं की नाही कुणास ठाऊक. पण दाढी मात्र भरपूर वाढली होती. अगदी चार कारागिरांना झेपणार नाही एवढी! तात्पर्य हे की– माणसानं मर्यादा ओळखावी. आपली स्वत:ची, ज्या जगात आपण जन्माला आलो त्या जगाची आणि ज्या परमेश्वरानं हे जग निर्माण केलं त्या परमेश्वराचीही!

देवयानी : भलतंच तात्पर्य काढलंत शेवटी! बरं, केवळ आपली ही मतं मला ऐकविण्यासाठी आपण इकडे आलात?

विदूषक : नाही. इकडे येण्याचं प्रमुख कारण असं की, मला आपल्याला पाहायचं होतं.

देवयानी : पाहायचं होतं?

विदूषक : म्हणजे असं की, ययाती महाराज माझे स्वामी आहेत त्याप्रमाणे मित्रही आहेत. माझ्या मित्रानं शुक्राचार्यांच्या आश्रमात जाऊन त्यांची विद्या आणण्याऐवजी त्यांची कन्या आणली. तेव्हा म्हटलं, विद्येपेक्षा अधिक सुंदर आणि संजीवनीपेक्षा अधिक सामर्थ्यवान अशी ही ऋषिकन्या आहे तरी कशी हे एकदा पाहावं.

देवयानी : पण कालपरवा मला पाहिलंत की! बोलणंदेखील झालं आपलं!

विदूषक : आपल्याला कालपरवा पाहिलं ते वधूवेशात. आणि वधूवेशाइतकी फसवी चीज जगात दुसरी कोणतीही नसेल. कपाळावर मुंडावळ्या बांधून एखादी म्हैस–अगदी खरीखुरी म्हैस–जरी बोहल्यावर उभी केली, तरी तीदेखील सौंदर्यात तिलोत्तमा आणि वृत्तीनं गोगलगाय दिसेल. अहो, आता सांगू नये पण आम्हाला स्वत:ला अगदी थेट हाच अनुभव आला. आमच्या पाचव्या लग्नामध्ये.

देवयानी : (हसून) म्हणजे, अगदी खऱ्याखुऱ्या म्हशीशी गाठ पडली?

विदूषक : अहो, अगदी खऱ्याखुऱ्या म्हशीनंसुद्धा तिच्यासमोर तोंडात बोट घातलं असतं– म्हणजे ती जे काय करीत असेल ते केलं असतं. पण बोहल्यावर उभी होती तोपर्यंत असं वाटलं की, ईश्वरानं ही सौजन्याची किंवा शालीनतेची खाशी भेली तयार करून आपल्यासमोर ठेवली आहे. पण कसलं काय? बोहल्यावरून खाली पाय ठेवला मात्र, आणि आमच्या आयुष्यातील अरण्यकांडाला सुरुवात

झाली. रावणासारख्या एका उन्मत्त सैनिकानं जेव्हा तिला आमच्या घरातून पळवली तेव्हा आमचं हे रामायण समाप्त झालं.

देवयानी : बायको पळवली? आणि तुम्ही काहीच केलं नाही?

विदूषक : केलं की! मी काय स्वस्थ बसतो की काय! मी ताबडतोब सहावं लग्न केलं. त्यातही पुन्हा तोच अनुभव आला!

देवयानी : पुन्हा बायको पळवली?

विदूषक : काही विचारू नका. आम्ही लग्न करावं आणि कोणीतरी आमची बायको पळवावी ही एक सामाजिक रूढीच निर्माण होऊ लागली. मी म्हणतो, या बायका लग्नापूर्वी काय पळविण्यासाठी अस्तित्वात नव्हत्या? पण नाही. काही लोक तब्येतीनं असे विचित्र असतात की, त्यांना झाडावरची कैरी कधी चालत नाही. कोणाच्या तरी आढीत जाऊन ती पडली रे पडली की, यांची नजर तिच्याकडे गेलीच म्हणून समजा. पुढे या लोकसेवेला आम्ही कंटाळलो आणि विदूषक झालो.

देवयानी : (हसून) म्हणजे खरेखुरे विदूषक झाला!

विदूषक : रास्त! तत्पूर्वी मी पाठशाळेमध्ये शास्त्री होतो. पण तिथंही शिष्यांनी आणि सहकाऱ्यांनी मला मोठ्या आग्रहानं सांगितलं की, तुम्ही पंडिताचा व्यवसाय करताना विदूषकगिरी करता, त्यापेक्षा विदूषकाचा व्यवसाय करताना पांडित्य दाखवा; ते अधिक साधेल तुम्हाला. असा सार्वत्रिक आग्रह झाला म्हणून हा पेशा पत्करला. तर तात्पर्य काय- कशासंबंधी बोलत होतो मी? आपल्याला आठवतं?

देवयानी : मी कशी आहे हे पाहायला आला होता तुम्ही. मग कशी आहे, सांगा पाहू.

विदूषक : आता आली का पंचाईत? भगवती, राणीचं नाक नेहमी तरतरीत असतं, कितीही नकटं असलं तरी. ती देवता असो तुमच्यासारखी, नाही तर डाकीण असो माझ्या पाचव्या बायकोसारखी. जिवाची पर्वा असलेले सारे लोक तिला देवताच म्हणणार. तेव्हा अभिप्राय देण्यात अर्थ नाही, आणि घेण्यातही नाही. हे एक झालं. पण भगवती, माझं इकडे येण्याचं खरं कारण वेगळंच आहे.

देवयानी : म्हणजे पहिलं इतक्या पाल्हाळानं सांगितलं ते खोटंच वाटतं? दुसरं कारण कोणतं?

विदूषक : ययाती महाराज कोठून तरी आले होते आणि कोठेतरी जात होते. तेवढ्यात उंच उंबरठ्यासारखा मी त्यांच्या वाटेत आड आलो. तेव्हा ते मला म्हणाले, 'मित्रा, माझी प्रिया माझी प्रतीक्षा करीत असेल; महालात जायला मला उशीर झाला म्हणून ती कदाचित रागावेल; कदाचित खिन्न होईल. तेव्हा तू तिच्याकडे

जा आणि जरा वेळ मूर्खासारखं- म्हणजेच नेहमीसारखं- बोलून तिचं चित्त प्रसन्न आणि संतुष्ट ठेव.' हे दुसरं आणि खरं कारण. आतापर्यंतच्या बोलण्यानं आपलं चित्त प्रसन्न झालं असेल तर ठीकच आहे. नाही तर-नाही तर-

देवयानी : (स्मित करीत) नाही तर काय?

विदूषक : डोकं काम देईनासं झालं म्हणजे विदूषकांना शेवटी शारीरिक विनोदाचा आश्रय घ्यावा लागतो. आपण म्हणत असाल तर थोडे अंगविक्षेप करून दाखवितो, चार-सहा मजेदार उड्याही मारून दाखवितो. (दरवाजाकडे पाहून) पण आता त्याचीही आवश्यकता नाही. आजपासून ज्यांना आयुष्यभर आपल्यासमोर उड्या मारायच्या आहेत ते आपले पतिदेव- माझे स्वामी- प्रतिष्ठानचे सम्राट, राजाधिराज ययाती महाराज, स्वत:च इकडे येत आहेत.

[ययाती आत येतो. देवयानी उठून बाजूला उभी राहते.]

विदूषक : यावं यावं महाराज. अगदी वेळेवर आलात.

ययाती : का बरं?

विदूषक : मी आत्ता कोलांट्या उड्या मारण्याच्या विचारात होतो.

ययाती : मग इतका वेळ काय करीत होतास?

विदूषक : इतका वेळ कोलांट्याच मारीत होतो. पण बौद्धिक. आता थोडे शारीरिक चमत्कार दाखवावेत असा बेत होता माझा. आपण येईपर्यंत दुर्ग लढवायचा होता मला.

ययाती : ठीक आहे. तू जा आता. चांगली कामगिरी केलीस. जा आता.

विदूषक : नाही म्हणजे आपण म्हणत असाल तर अजूनही थांबायला तयार आहे मी. घरी जाऊन तरी कोणतं मोठं सुख मिळायचं आहे? त्यापेक्षा इथंच रात्रभर गप्पागोष्टी करीत बसू.

ययाती : नाही मित्रा, विवाहाच्या पहिल्या रात्री तुझ्याबरोबर गप्पागोष्टी करण्याइतका अरसिक नाही मी.

विदूषक : ते ठीक आहे. पण रात्र जशी आज आली तशी उद्याही येणार आहे. -परवाही येणार आहे, तेरवाही येणार आहे. पहिला भात संपला की पक्वान्न येतं त्याप्रमाणे दिवस संपला की रात्र ही येणारच. तेव्हा तिचं विशेष कौतुक नाही. परंतु आज सकाळी ईशोपनिषदातील पहिल्या सूत्रावरचं भाष्य वाचलं. आपली हरकत नसेल तर आपण त्यावर चर्चा करू. पार्थिव विषयाच्या मागे लागण्यापेक्षा चिरंतनाचं चिंतन आणि विवेचन करणं अधिक हिताचं. आपण राजे असल्यामुळे 'सर्वे गुणा: कांचनमाश्रयंते' या न्यायाने विद्वान आहातच. महादेवीच्या माहेरघरी तर ज्ञानाची सदावर्तेच उघडलेली. तेव्हा आत्मा आणि शरीर यांच्या संबंधाबाबत—

ययाती : तो संबंध तुझ्यापुरता तुला आज कायम ठेवायचा असेल तर तू या क्षणी निघून जावंस हे बरं.

विदूषक : ठीक आहे. इतकं स्पष्ट सांगितलं असतं तर आधीच गेलो असतो. आपली आज्ञा शिरसावंद्य आहे. भगवती, आपलीही आज्ञा घेतो. महाराज माझे प्रेमळ मित्र आहेत. महाराजांचं मन म्हणजे पिंजऱ्यात अडकविलेला सिंह, डोंगराच्या गुहेमध्ये बंदिस्त करून ठेवलेलं वादळ. त्यांना आपल्या पदरात घालतो आहे.

देवयानी : सिंह आणि वादळ पदरात घेऊ? मोठीच जबाबदारी आहे!

विदूषक : विवाहित स्त्रियांचे चार प्रकार असतात. महाराज, फक्त एक क्षण–! अधमा स्त्री ती जी नवऱ्याचं शरीरही सांभाळत नाही, आणि मनही सांभाळत नाही; कनिष्ठा ती जी शरीर सांभाळते पण मन सांभाळत नाही; मध्यमा ती जी मन सांभाळते पण शरीर सांभाळत नाही आणि वरिष्ठा ती जी नवऱ्याचं शरीरही सांभाळते आणि मनही सांभाळते. ठीक आहे. परमेश्वर नेहमी आपल्या दोघांच्या पाठीशी उभा राहो– अर्थात फक्त दिवसा!

[जातो.]

ययाती : (देवयानीकडे जात) विदूषक ही वस्तू तुझ्या फारशी परिचयाची नसेल देवी. त्याचं बोलणं मनावर घेऊ नकोस तू.

देवयानी : नाही घेणार, कुणाचंच बोलणं मनावर घेणार नाही.

ययाती : रागावलीस?

देवयानी : (दूर होत) भलतंच, रागवायचं काय कारण?

ययाती : मग अशी दूर का जातेस?– ध्रुवपदापासून दूर जाणाऱ्या एखाद्या आलापासारखी?

देवयानी : संगीतशाळेत गेला होता वाटतं?

ययाती : होय, गेलो होतो.

देवयानी : तरीच! शब्दांना संगीताचे रवे अजूनही चिकटलेले आहेत.

ययाती : नुसत्या शब्दांना नव्हे, मनालासुद्धा.

देवयानी : इतकी का ती गायिका सुंदर होती?

ययाती : गायिकेच्या सौंदर्याकडे कोण पाहतं? श्रेष्ठ संगीताच्या मैफलीत गायक आणि श्रोता या दोघांचेही देहभाव मात्र सायंकाळच्या प्रकाशाप्रमाणे अभावात विलीन होऊन जातात. गाणारा जगतो स्वरानं आणि ऐकणारा जगतो श्रुतीनं. (हसून) पण देवी, गायिका कधी सुंदर असतात का? स्वर आणि सौंदर्य यांचं नातं फारसं सलोख्याचं असत नाही!

देवयानी : अस्सं! आश्रमातल्या माधवीच्या कुंजाजवळ माझ्या गाण्याची मनसोक्त

प्रशंसा केलीत ती खोटीच तर! की सौंदर्याची स्तुती केलीत ती खोटी?

ययाती : हे पाहा देवी, विधात्याच्या कारागारात काही ठराविक नियमांनुसार माणसांची घडण होत असते हे खरं. पण नियम ही गोष्ट अशी आहे की, जिचा परमेश्वरालाही केव्हा तरी कंटाळा आल्यावाचून राहत नाही. अशा वेळी तो निर्मितीचे सारे नियम, सारी कोष्टकं बाजूला ठेवतो आणि साऱ्या संकेतांना झुगारून देणारी अलौकिक काव्यं जन्माला घालतो. माझी लाडकी देवयानी म्हणजे असं एक अद्भुत अपूर्व काव्य आहे.

देवयानी : वारेमाप स्तुती केली म्हणजे मी प्रसन्न होईन असं वाटतं आपल्याला? या स्तुतीची जात मला ठाऊक आहे. बहुधा प्रेमशास्त्राच्या अध्यापकानं हा मंत्र आपल्याकडून पाठ करवून घेतला असेल– कोणत्याही राणीच्या रंगमंदिरात गेल्यावर म्हणण्यासाठी. अनेक जणींनी तो आजवर ऐकलाही असेल. पण चार शब्दांचं अत्तर अंगावर शिंपडलं की हुरळून जाण्याइतकी मी भोळी नाही. शुक्राचार्यांची, जगातील सर्वश्रेष्ठ बुद्धिवंताची मी मुलगी आहे, हे माहीत आहे ना?

ययाती : होय, माहीत आहे. पण या महालात येताना विसरलो होतो. आणि मला वाटतं, इथं, या रंगमंदिरात अशा गोष्टी ध्यानात राहू नयेत हेच बरं. नवराबायकोच्या एकांतात बायकोचा बाप जर सारखा डोकावू लागला तर नवऱ्याला पुढे पाऊल टाकणंही अशक्य होऊन जाईल! पण देवयानी, खरंच का रागावलीस तू?

देवयानी : हा आणखी जखमेवर वार! मी रागावले हे लक्षात यायला इतका वेळ लागला. आता रागाचं कारण ध्यानात येता येता, मला वाटतं, सारी रात्र संपून जाईल.

ययाती : एखाद्या सामान्य स्त्रीच्या सहवासात असतो तर ते कारण चटकन समजलं असतं. सामान्य स्त्रियांच्या रागाची कारणंही सामान्य असतात. या घटकेला हजारो स्त्रिया, हजारो शय्यागृहांत, नवरा वेळेवर आला नाही म्हणून धुसफुसत असतील. पण शुक्राचार्यांची मुलगी सामान्य नाही. तू जेव्हा भुवया वाकड्या केल्यास, पाठ फिरवून दूर गेलीस, तेव्हा साहजिकच मला वाटलं की, तुझ्या रागाचं कारण काही तरी आध्यात्मिक, पारमार्थिक किंवा दार्शनिक तरी असावं. कारण शुक्राचार्यांसारख्या श्रेष्ठ विद्वानाची कन्या–

देवयानी : पुरे झालं. माझ्या वडलांचं नाव इथं वारंवार निघायला नको!

ययाती : मी तरी तेच म्हणत होतो. पण खरंच, का रागावली होतीस?

देवयानी : हजार स्त्रियांच्या रागाचं जे कारण तेच माझ्याही!

ययाती : म्हणजे रागात आणि अनुरागात साऱ्या स्त्रिया सारख्याच असतात तर! पण इतका का उशीर झाला मला!

देवयानी : विचारा आपल्याच मनाला. आणि त्यानं खरं उत्तर दिलं नाही तर गवाक्षातून जरा बाहेर डोकावून पाहा. आपल्या आवडत्या राजाचं विवाहमंगल साजरं करण्यासाठी जगभरातील लोकांनी घराघरांवर दिव्यांची आरास केली होती. बघा, त्यातला एक तरी दिवा आता जळतो आहे का? शिवालयातील दीपमाळेवर सहस्र पणत्या पेटल्या होत्या. पाहा! त्यांतील एक तरी आता जागी आहे का? एवढ्यानंही खात्री पटत नसेल तर ती पाहा शुक्राची चांदणी. पश्चिमेच्या मस्तकावर झळकणारा तो रत्नांचा तुरा आता मुलांनी फेकून दिलेल्या शिंपल्यासारखा तिस्तेज आणि दुर्लक्षित होऊन क्षितिजाच्या तळाशी पडला आहे. ती पाहा, त्या कदंब वृक्षाच्या फांदीजवळ.

ययाती : होय, पण कदाचित असंही असेल की, प्रतिष्ठानच्या राजवाड्यात उगवलेल्या या दुसऱ्या शुक्राच्या चांदणीचं अलौकिक लावण्य पाहून ती शरमिंदी झाली असेल आणि मत्सरानं मलूल होऊन आकाशाच्या पायथ्याशी जाऊन पडली असेल.

देवयानी : झाली पुन्हा साखरपेरणीला सुरुवात! पुरुषांना वाटतं, बायकांना चंद्रचांदणीसारख्या नक्षत्रांच्या किंवा कमळतोंडल्यासारख्या फुलाफळांच्या पंक्तीला नेऊन बसवलं की त्यांच्यासंबंधीचं आपलं कर्तव्य संपलं. बायकांची शरीरं फक्त पुरुषांच्या डोळ्यांना दिसतात. त्यांची मनं कधी दिसत नाहीत. आता सरळ सांगा पाहू, का इकडे यायला उशीर केलात तो? त्या गायिकेच्या नादात माझी आठवण बुजून गेली?

ययाती : स्वरांच्या मांडवातून प्रेमाच्या मंदिराकडे जावं या भावनेनं संगीतशाळेत गेलो होतो. संगीत, स्त्री आणि शस्त्र या गोष्टींच्या सहवासात माझ्यासारखा स्वच्छंदी पुरुष सारं काही विसरून जातो हे खरं. पण देवयानी, उशीर झाला याचं हे कारण नव्हे. आजचा सारा दिवस या घटकेकडे नजर लावून वाटचाल करीत होता. राजकारण करताना मंत्र्यांच्या मेळाव्यात, धर्मकार्य करताना पुरोहितांच्या सान्निध्यात, युद्धाचे आराखडे आखताना सेनापतींच्या सहवासात, सर्वत्र तुझीच मूर्ती डोळ्यांसमोर उभी होती.

देवयानी : मग बिनसलं कुठे?

ययाती : उशिरा येण्याचं जे कारण आहे ते ऐकल्यावर तूदेखील आनंदित होशील.

देवयानी : कोणतं कारण असं? बाबा प्रतिष्ठानला आले?

ययाती : शुक्राचार्य नाही, पण त्यांचे एक जामात आले होते.

देवयानी : एक जामात? माझ्या माहितीप्रमाणे शुक्रचार्यांना एकच कन्या आहे आणि तिलाही एकच पती आहे!

ययाती : म्हटलं तर जावई, म्हटलं तर मुलगाही. म्हटलं तर शिष्य आणि म्हटलं

तर वैरीही! आपल्या विद्वतेनं, तपश्चर्येनं आणि साधुत्वानं तिन्ही लोकांना आज वंदनीय असलेले देवराष्ट्रातील एक सत्पुरुष-

देवयानी : (अस्पष्ट स्वरात) कचदेव?

ययाती : होय, कचदेव. आले आणि लगेच गेले ते.

देवयानी : मग आले तरी कशासाठी?

ययाती : मला वाटलं, माझा ऐश्वर्यशाली संसार पाहायला. बहुधा मत्सरानं!

देवयानी : अशा हलक्या भावनांच्या पलीकडे गेलेले ते महान तपस्वी आहेत- हे विसरू नका.

ययाती : मेनकेच्या पाठीमागे धावणारे विश्वामित्रही महान तपस्वीच होते. तपश्चर्येनं देवाला प्रसन्न करून घेता येईल, मनावर ताबा मिळविता येईलच असं नाही. कचदेवांनी शुक्राचार्यांकडून त्यांची संजीवनी विद्या मिळविली. पण जगातील सर्व विद्यांनी जिच्या पायांशी चाकरी करावी अशी त्यांची कन्या मात्र मला-या ययातीला-प्राप्त झाली. म्हटलं, स्वजनांचे जयजयकार ऐकून कान किटल्यावर कदाचित कचदेवांच्या मनात विचार आला असेल की, आपली निवड चुकली. एक संजीवनी आपण मिळवली, पण हजारो संजीवनींची जी जन्मदात्री ती मात्र आपण हातची घालवली. दुसऱ्यांना जिवंत करणारं शास्त्र आपण संपादन केलं, पण स्वतःला आयुष्यभर जिवंत ठेवणारी जादू मात्र आपण गमावून बसलो. आणि या विचाराबरोबर कदाचित त्यांना माझा हेवाही वाटू लागला असेल.

देवयानी : मग आपण प्रतिष्ठानचे दरवाजे बंद करून घेतले असतील!

ययाती : नाही. कचदेव आल्याची वार्ता कळताच वेशीच्या बाहेर गेलो आणि आमचं समान वयाचं नातं विसरून त्यांच्या पायावर डोकं ठेवलं आणि देवयानी, मी जेव्हा मान उचलून त्यांच्या मुद्रेकडे पुन्हा पाहिलं, तेव्हा असं वाटलं की, थट्टेसाठीसुद्धा अशा थोर माणसाला स्वतःच्या सामान्य पातळीवर आणू नये. विश्वातील साऱ्या सद्भावना संघटित होऊन त्यांच्या मुद्रेवर आश्रयाला आल्या होत्या. आकाशानं त्यांच्या डोळ्यांना आपलं म्हटलं होतं आणि समुद्रानं त्यांच्या शब्दाला आशीर्वाद दिलेला होता. खरोखर देवयानी, कचदेवाचं हे नवं रूप पाहून मी तर भांबावूनच गेलो. असं वाटलं की, या महात्म्याला सारं काही द्यावं, अगदी सारं काही; आणि आपल्याला काहीही देता आलं नाही म्हणून दुःखी व्हावं.

देवयानी : मग त्या महात्म्यांनी या क्षुद्र देवयानीची आठवण केली का?

ययाती : होय, केली. अनेकवार केली. देवदानवांमध्ये पुन्हा एकदा भयानक युद्ध होण्याचा संभव दिसू लागला आहे. दोन राष्ट्रांतील सनातन वैर संपुष्टात आणून हा रक्तपात कायमचा थांबवावा, संजीवनीचा उपयोग युद्ध करण्यासाठी न करता,

ते थांबविण्यासाठी करावा, या हेतूनं ते दानवांकडे शिष्टाई करायला जात आहेत. प्रतिष्ठानची सदिच्छा त्यांना हवी होती, म्हणून ते आपल्या नगराच्या वेशीपर्यंत आले आणि आमचं मनोगत समजून घेऊन ताबडतोब निघून गेले. परत येताना प्रतिष्ठानात मुक्काम करण्याचं त्यांनी आश्वासन दिलं आहे. पण या घाईगर्दीतसुद्धा अनेकदा त्यांनी तुझी विचारपूस केली.

देवयानी : अस्सं!

ययाती : वारंवार विचारीत होते, माझी लाडकी धाकटी बहीण सुखात आहे ना?

देवयानी : होय, सुखातच आहे म्हणावं.

ययाती : मी थट्टेनं त्यांना म्हटलं, देवयानी तुमची बहीण नसून मेहुणी आहे आणि वरती विचारलं, संजीवनीच्या सामर्थ्यापेक्षा देवयानीचं सौंदर्य तुम्हाला अधिक मोहक वाटलं नाही का?

देवयानी : काय म्हणाले ते?

ययाती : खडकावर आदळणाऱ्या लाटेसारखं ते खळखळून हसले आणि म्हणाले, सौंदर्याचा आस्वाद घेणारे डोळे देवानं मला दिलेच नाहीत. कातडीच्या रंगानं आणि नाकाडोळ्यांच्या ठराविक गणितांनी जर सौंदर्य सिद्ध होत असेल तर– अर्थात हे सारं विनोदाचं बोलणं– तर देवराष्ट्रात अशा हजारो अप्सरा आहेत की, ज्यांच्या प्रकाशात देवयानीचं लावण्य मालवलेल्या दिव्यासारखं लक्षातदेखील यायचं नाही. कचदेवांचं हसणं ओसरलं आणि नंतर जरा गंभीर होऊन ते म्हणाले, म्हणून देवयानीला मी माझी बहीण मानली ते तिच्या देहाचं सौंदर्य पाहून नव्हे, तर तिच्या मनाची तेजस्विता पाहून, प्रेम करण्याचं तिचं अपार सामर्थ्य पाहून. तुझी आणि तुझ्याबरोबर तुझ्या सखीची, दानवेश्वराच्या कन्येचीही ते मनसोक्त स्तुती करीत होते. का– देवी, तुझी तब्येत बरी नाही का? – काय झालं? अशी एकाएकी–

देवयानी : काही नाही! काही नाही. दोन दिवस समारंभाचा शीण– जरा भोवळ आल्यासारखं वाटतं!

ययाती : मी राजवैद्याला बोलावतो. दासी दासी! कोण आहे बाहेर?

देवयानी : (दुर्बलतेने) नको–– तसं वैद्याला बोलावण्यासारखं काही नाही. मीच जरा आतल्या महालात जाऊन येते– थोडा विसावा हवाय मला– कोणालाही पाठवू नका.

[आत जाते. शर्मिष्ठा बाहेरून प्रवेश करते.]

शर्मिष्ठा : महाराज, आपण मला हाक मारलीत?

ययाती : होय. तू दासी असलीस तर तुलाच हाक मारली होती.

शर्मिष्ठा : मी दासीच आहे.

ययाती : दासींनी दासीसारखं दिसावं. तू एखाद्या राजकन्येसारखी दिसते आहेस!

शर्मिष्ठा : तरीही दासीच आहे मी– देवी कुठे गेल्या?

ययाती : आपल्या महालात गेली आहे ती. समारंभाच्या शिणामुळे भोवळ आली, म्हणून जरा विसावा घ्यायला आत गेली आहे ती.

शर्मिष्ठा : मी जाऊन बघते, त्यांना काही हवं आहे का.

ययाती : नको. तिला आवडायचं नाही ते. कोणालाही आत पाठवू नका म्हणून सांगितलं आहे तिनं.

शर्मिष्ठा : मग मी—

ययाती : राणीवशात तुला कधी पाहिल्याचं आठवत नाही. नवीनच राजवाड्यात आली आहेस का?

शर्मिष्ठा : होय, परवाच आले.

ययाती : म्हणजे देवयानीच्या परिवाराबरोबर?

शर्मिष्ठा : होय, महाराज.

ययाती : अस्सं. म्हणजे देवयानीची आवडती दासी आहेस तू. माहेराहून बरोबर आणलेली. म्हणूनच आज या महालावर तिने मुद्दाम तुझी योजना केली वाटतं?

शर्मिष्ठा : होय, महाराज.

ययाती : माहेर सुटलं तशी माहेरची माया सुटत नाही. स्त्रियांना ती जन्मभर आपल्या सावलीसारखी जवळपास हवी असते. देवयानीसारख्या स्त्रीलासुद्धा.

शर्मिष्ठा : काही काम नसल्यास, मला माघारी जाण्याची आज्ञा व्हावी.

ययाती : का? इतकी बावरलीस का? पण तेही साहजिकच आहे. आश्रमातून आलेली स्त्री राजवाड्याच्या परिसरात भांबावली नाही तरच नवल! तुझं नाव काय?

शर्मिष्ठा : माझं नाव–दासी.

ययाती : हा व्यवसाय झाला. मी नाव विचारलं.

शर्मिष्ठा : राजवाड्यात दासींना नावं असतात का?

ययाती : विचारलं नाही तर नसतात, विचारलं तर असतात. पतीचं अथवा प्रियकराचं नाव घेताना स्त्रियांनी लाजावं हे ठीक आहे. पण स्वत:चं नाव सांगताना इतका संकोच कशाला?

शर्मिष्ठा : मला–शमा म्हणतात.

ययाती : शमा! गोड नाव आहे. तुझ्या रूपासारखंच. शमा–शमा—

शर्मिष्ठा : हे काय महाराज?

ययाती : (हसून) तुझ्या नावाचा मी जप करतो आहे असं समजू नकोस. असंच काही तरी नाव मी नुकतंच ऐकलं. दानवेश्वराच्या मुलीचं नाव–हं– शर्मिष्ठा!

शर्मिष्ठाच ना?

शर्मिष्ठा : होय. मला जायला आता परवानगी असावी.

ययाती : (आसनावर बसून) ठीक आहे. जा तू– थांब शमा.

शर्मिष्ठा : (माघारी येऊन) काय आज्ञा आहे?

ययाती : सेवकाला द्राक्षार्काचे पेले घेऊन यायला सांगितलं होतं. आणले?

शर्मिष्ठा : त्यानं तबक आणून ठेवलं आहे. तशी सूचना नव्हती म्हणून बाहेरच ठेवायला सांगितलं मी.

ययाती : घेऊन ये ते.

शर्मिष्ठा : आज्ञा महाराज.

[बाहेर जाऊन मद्याचे तबक आणते.]

ययाती : आण इकडे.

[शर्मिष्ठा तबक पुढे करते. ययाती पेल्यात मद्य ओततो आणि प्राशन करू लागतो.]

ययाती : शमा, देवयानीच्या मंदिरात काल संध्याकाळी कोणी तरी गात होतं. मी आलो आणि ते गाणं अर्ध्यावर थांबलं. बंद दारापलीकडचे ते गोड स्वर अद्यापही माझ्या कानात रेंगाळत आहेत. दानवदेशातील युवती नृत्यगायनात फार निपुण असतात असं ऐकलं आहे मी. त्याचं प्रत्यंतर आलं मला.–शमा, तूच ते गाणं म्हणत होतीस?

शर्मिष्ठा : (भांबावून) नाही– मला आठवत नाही.

ययाती : राजा हा विष्णूचा अवतार असतो, हे तुला ठाऊक आहे ना?

शर्मिष्ठा : होय, महाराज.

ययाती : म्हणून राजासमोर खोटं बोलणं म्हणजे देवासमोर खोटं बोलण्यासारखं आहे. आता पुन्हा विचारतो, तूच गात होतीस का?

शर्मिष्ठा : हो.

ययाती : मग ते गाणं मला आता ऐकायचं आहे.

शर्मिष्ठा : महाराणींच्या मनोरंजनासाठीच मी गात होते.

ययाती : मग महाराजांनीच कोणता गुन्हा केला आहे?

शर्मिष्ठा : महाराज, आपण दासीची चेष्टा करीत आहेत.

ययाती : नाही, शमा. माझ्या वृत्ती आज उल्हसित झाल्या आहेत. वैराण समुद्रातून प्रवास करणाऱ्या नाविकाला अखेरी किनारा दिसावा, हिरव्यागर्द झाडीनं झाकलेला, उंच सोनेरी मनोऱ्यांच्या हातांनी आकाशावर स्वप्नलेखन करणारा,– तसं वाटतं आहे मला. मन शरीरामध्ये मावत नाही. वेलीवर उमललेलं फूल

आपल्या सुगंधानं, प्रज्वलित झालेला दिवा आपल्या प्रकाशानं आणि प्रेमाचा साक्षात्कार झालेलं अंतःकरण आपल्या सद्भावनेनं स्वतःच्या बाहेर जातं आणि सभोवारच्या सार्‍या जगावर आपल्या समाधानाचं छत घालू पाहतं-शमा, तू कधी कोणावर प्रेम केलं आहेस का?

शर्मिष्ठा : महाराज, मी एक सामान्य दासी आहे. असल्या श्रीमंती विलासांची मला काय कल्पना?

ययाती : अगं, प्रेमाचा रुपेरी जरीपटका एकदा आकाशात फडफडू लागला की कोणीही दास राहत नाहीत, आणि दासी राहत नाहीत. प्रेमाचं साम्राज्य असतं खरं, पण या साम्राज्यात कोणीही मांडलिक असत नाहीत. सगळे सम्राट आणि सगळ्या सम्राज्ञी! प्रेम आणि मृत्यू या दोहींच्या सान्निध्यात सारी माणसं एका पातळीवर येतात, – सर्वांत उंच, सर्वांत श्रेष्ठ अशा माणुसकीच्या पातळीवर.

शर्मिष्ठा : खरं नाही ते.

ययाती : काय?

शर्मिष्ठा : माणसं कधीही एका पातळीवर येत नाहीत. प्रेम करतानाही नाही आणि मरतानाही नाही. माणूस या शब्दाला-महाराज, कोशात काही अर्थ असेल, पण लौकिक व्यवहारात मात्र तो अर्थशून्य आहे. जगात स्वामी असतात, सेवक असतात, राजे असतात, दास असतात, अपमान करणारे असतात, अपमान करून घेणारे असतात-पण निव्वळ माणूस मात्र कुणीही असत नाही. खोटा- साफ खोटा शब्द आहे तो. (एकदम स्वतःस आवरून) क्षमा करा, मी फार अधिक बोलले.

ययाती : अधिक बोललीस पण चांगलंही बोललीस. तू म्हणतेस ते कदाचित खरंही असेल- नव्हे आहेही. मानवजातीच्या दुर्भाग्याची ही कहाणी आहे की माणसांना विशेषणं पांघरल्याशिवाय जगताच येत नाही. पण जाऊ दे. – मला गाणं ऐकायचं आहे तुझं.

शर्मिष्ठा : पण महाराज-

ययाती : माझी विनंती आहे, आणि विनंतीनं भागत नसेल तर आज्ञा आहे. हा रिकामा वेळ मला सहन होत नाही. देवीचं दर्शन झाल्यापासून, माझी सारी प्राणशक्ती ज्या एका घटकेची प्रतीक्षा करीत होती ती आता जवळ येऊन ठेपली आहे. त्या घटकेकडे जाणार्‍या प्रत्येक क्षणावर संगीताचा आणि सुगंधाचा अभिषेक व्हायला हवा. म्हण गाणं- माझी आज्ञा आहे.

शर्मिष्ठा : (क्षणभर थांबते व गाणे गाऊ लागते.)

हे दीपा तू जळत राहा।

असाच जागत या विजनावर

जीवनसुम तिमिरास वहा ।।
नक्षत्रांशी होते नाते
परी न आता सांगायाचे
भग्न चिऱ्यावर वादळात या
तुला मला रे जळावयाचे
विसर मंदिरे विसर गोपुरे
श्रेय इथे मातीत पाहा ।।

[गाणे संपत असता देवयानी मागील बाजूस दरवाजात येऊन उभी राहते आणि समोरचे दृश्य पाहून तेथेच थांबते, गाणे संपल्यावर–]

ययाती : इतकं गोड गातेस आणि सांगतेस की मला गाता येत नाही! आश्विनी चांदण्याचे तुषार माझ्या मनावर चहूकडून बरसत होते. शमा, पेला रिकामा झाला आहे. आण ते तबक इकडे!

शर्मिष्ठा : आज्ञा महाराज.

[तबक उचलते व पुढे जाते.]

देवयानी : (अनावर संतापाने) दीडदमडीची दासी! केवढं धारिष्ट! खुशाल सम्राटांपुढे लोचटपणानं गातेस आणि त्या कालकुटाचे पेले त्यांना भरून देतेस! शरम नाही वाटत तुला?

शर्मिष्ठा : भगवती –

ययाती : देवयानी –

देवयानी : (पुढे येते) कुणी सांगितलं तुला हे इथं आणायला?

ययाती : (भांबावून आसनावरून उठतो) मी मी सांगितलं देवी.

देवयानी : ज्याला प्रश्न विचारला त्यानंच उत्तर द्यावं हे बरं. कुणी सांगितलं?

शर्मिष्ठा : महाराजांनी.

देवयानी : मग लक्षात ठेव, तू दासी आहेस ती माझी, महाराजांची नव्हे. फक्त माझी. जा– नीघ– चालती हो इथून–निर्लज्ज– लोचट!

[शर्मिष्ठेच्या हातांतील तबकावर क्रोधाने प्रहार करते. तबक व त्यावरील साहित्य खाली आदळते. शर्मिष्ठा तबक उचलते आणि खाली मान घालून बाहेर जाते. क्षणभर स्तब्धता.]

ययाती : देवी, का संतापलीस इतकी? त्या दासीचा यात काहीही–

देवयानी : दासीची भलावणी सम्राटांनी करायची आवश्यकता नाही.

ययाती : पण देवयानी–

देवयानी : तुम्ही मद्य घेतलंत?

ययाती : हो- घेतलं.

देवयानी : मग मला जाण्याची परवानगी असावी.

ययाती : जाण्याची परवानगी? कुठे जाणार आहेस तू?

देवयानी : नगराच्या शिवेवर असलेल्या माझ्या सरोवर मंदिरात. आपण घेतलेल्या मद्याच्या दुर्गंधीनं माखलेला वारा जिथं येणार नाही- इतकं दूर -इतकं दूर - जायला हवं मला!

ययाती : पण का?

देवयानी : मी ब्राह्मणकन्या आहे. मला मद्य चालत नाही.

ययाती : तू मद्य घ्यावंस असा आग्रह मी तुला केला नाही – कधीही करणार नाही; पण आपल्या विवाहित आयुष्याच्या पहिल्या रात्री- पहिल्या मीलनाच्या या घटकेला अशा क्षुल्लक गोष्टींनी डोकं पेटवून घेणं योग्य आहे का? देवी, माझ्या हातून काही अपराध घडला असेल तर मला क्षमा कर.

देवयानी : मी फक्त माझा धर्म मानते.

ययाती : आणि प्रेम मानीत नाहीस?

देवयानी : धर्माइतकं नाही. प्रेमाची महती केवढीही असली तरी ते धर्माच्या पायरीपर्यंत पोचू शकत नाही. काहीही, कोणीही तेथपर्यंत पोचू शकत नाही. दरवाजावर पहारा करणारी ती दासी–कोण आहे ठाऊक आहे तुम्हाला?

ययाती : कोण आहे?

देवयानी : दानव राज्याच्या अधिपतींची, सम्राट वृषपर्व्याची मुलगी आहे ती- शर्मिष्ठा!

ययाती : सम्राटाची मुलगी? शर्मिष्ठा?

देवयानी : होय, सम्राटाची मुलगी. माझ्या दाराशी दासी म्हणून उभी आहे. माझा अपमान केला तिनं. केवळ देवयानीचा अपमान नव्हता तो. क्षत्रियांच्या ऐश्वर्यानं आणि अरेरावीनं ब्रह्मधर्माचा केलेला तो अधिक्षेप होता. त्याचं प्रायश्चित्त–मी दिलेलं प्रायश्चित्त–ती भोगते आहे.

ययाती : दानवेश्वराची मुलगी माझ्या वाड्यात माझी दासी म्हणून राहते! मनाला भोवळ आणणारा विचार आहे हा!

देवयानी : ती तुमची दासी नाही, माझी दासी आहे. आणि या संबंधात तुम्हाला विचार करायचं कारण नाही. अपराधाचं शासन व्हायलाच हवं. अपराध आणि शासन यांच्यातील अपरिहार्य नातं निसर्गानं ठरविलेलं आहे. करुणेच्या नावानं निसर्गाच्या नियमात व्यत्यय आणण्याचा कोणालाही अधिकार नाही. म्हणून निक्षून सांगते, देवयानीजवळ क्षमा नाही. काल नव्हती आणि आजही नाही.

ययाती : देवी, माझं थोडं ऐकणार आहेस का? इतर हजार गोष्टींप्रमाणे मद्याच्या अतिरेकाला आणि उपद्रवाला शासन व्हावं हे ठीक आहे. माझ्याही राज्यात ते आहे. पण केवळ सुखाचा स्वाद वाढविण्यासाठी, वृत्ती उल्हसित करण्यासाठी, थकलेल्या मनाचा शीण घालविण्यासाठी, सदाचाराचे संकेत सांभाळून केलेलं हे सुरापान –

देवयानी : त्यालाही मनाई आहे ब्राह्मणांच्या धर्मामध्ये.

ययाती : पण मी क्षत्रिय आहे.

देवयानी : मी ब्राह्मण आहे. माझ्या धर्माचं बंधन मला मानायला हवं.

ययाती : शुक्रचार्यही ब्राह्मण आहेत. जगाला वंद्य असलेले ब्राह्मणांचे शिरोमणी आहेत. आणि तरीसुद्धा त्यांनी मद्याच्या नशेमध्ये–

देवयानी : मला ठाऊक आहे ते. पण बाबांनी अपराध केला आणि अत्यंत कठोरपणानं त्याचं स्वत:ला शासनही करून घेतलं. क्षमेची भीक मागत ते कोणाच्या दाराशी गेले नाहीत. मी जाते.

ययाती :(तिचा हात धरीत) देवयानी, केवढी भयंकर शिक्षा तू मला करते आहेस, कल्पना आहे तुला?

देवयानी : शिक्षा केवळ तुम्हालाच होणार आहे असं नाही. मलाही होणार आहे ती. पण मद्यप्याच्या मिठीत रात्र घालवून मी माझा धर्म आणि माझा देह विटाळून घेणार नाही.

ययाती : क्षमा कर देवी, – मी तुला वचन देतो– यापुढे केव्हाही–देवी—

देवयानी : आपल्या वचनाची वार्ता मी उद्या आनंदानं ऐकेन. पण आज नाही!

[निघून जाते. ययाती सुन्न होऊन आसनावर बसतो. शर्मिष्ठा आत येते.]

शर्मिष्ठा : महाराज –

ययाती : कोण – दासी?

शर्मिष्ठा : महाराज, भगवती रागानं बाहेर निघून गेल्या? रक्षकाबरोबर महालात जाण्याची त्यांनी मला आज्ञा केली आहे.

ययाती : होय, तिकडेच गेली आहे ती.

शर्मिष्ठा : का?

ययाती : तिच्याजवळ क्षमा नाही, केवळ शासन आहे म्हणून.

शर्मिष्ठा : माझ्यामुळे तर देवी रागावल्या नाहीत?

ययाती : नाही. मी मद्यसेवन केलं म्हणून माझ्यावर रागावली आहे ती. दुराचारापेक्षा सदाचाराचा कैफ किती अधिक घातक असतो हे आज लक्षात आलं माझ्या. सद्‌गुणांमुळे माणसांच्या मनांचे असे दगड होत असतील तर आग लागो साऱ्या

सद्‌गुणांना आणि सदाचारांना!

शर्मिष्ठा : आपणही रागावलात महाराज!

ययाती : कुणास ठाऊक! माझं डोकं बधिर झालं आहे. काहीही समजत नाही मला.

शर्मिष्ठा : महाराज, भगवतींची मी आज दासी असले तरी पूर्वी त्यांची मैत्रीण होते. अगदी बालपणापासूनची मैत्रीण. त्यांचा स्वभाव मला माहीत आहे. त्या तापट आहेत, आग्रही आहेत. वृत्ती प्रक्षुब्ध झाली म्हणजे वादळासारख्या उसळतात. पण हे त्यांचं नेहमीचं रूप नव्हे. देवीचं मन स्फटिकासारखं निर्मळ आहे. त्यांची मैत्रीण म्हणून, त्यांची दासी म्हणून, मी आपल्याला विनंती करते; त्यांचं हे बोलणं-वागणं मनावर घेऊ नये.

ययाती : शमा-शर्मिष्ठा-अशी भांबावून जाऊ नकोस- तू कोण आहेस हे मला समजलं आहे.

शर्मिष्ठा : समजलं?

ययाती : देवयानीनंच स्वत: सांगितलं. आपल्या निर्दय धर्मनिष्ठेचा एक पुरावा म्हणून. मला कळलं आहे-तू दानवेश्वराची कन्या आहेस. राजा वृषपर्व्याची मुलगी. देवयानीनं राजकन्येला दासी केलं हे मी ऐकलं होतं. पण त्या दासीला तिनं माझ्या दाराशी आणून ठेवलं आहे हे मात्र मला माहीत नव्हतं. तुझ्या सर्वस्वाचं बलिदान घेणाऱ्या देवयानीची तू तरफदारी करतेस! किती उदार आहेस तू राजकन्ये?

शर्मिष्ठा : भगवतींनी सांगितलं ते विसरून जावं अशी आपल्या पायाशी विनंती आहे. नव्या जीवनाशी एकरूप होण्याचा प्रयत्न करीत असताना, जुन्या जीवनाची आठवण मला फारशी आल्हाददायक वाटायची नाही.

ययाती : ठीक आहे. कोणत्याही गोष्टीचा विचार करायला माझं मन या घटकेला असमर्थ आहे. तू एक काम करशील?

शर्मिष्ठा : आज्ञा व्हावी.

ययाती : बाहेरून रक्षकाला बोलावून आण.

शर्मिष्ठा : होय महाराज.

[शर्मिष्ठा जाते. ययाती तिपाईवर असलेला पेला उचलतो.]

ययाती : आता मर्यादा संपली!

[सेवन करतो. शर्मिष्ठा व रक्षक येतात.]

रक्षक : आज्ञा व्हावी महाराज.

ययाती : (उठतो.) सचिवांना सांग. माझा रथ ताबडतोब तयार करा. आता मी शिकारीला जाणार आहे. अर्ध्या घटकेच्या आत सारी तयारी व्हायला हवी. मी

शस्त्रागारात जातो. तिकडे मला वर्दी दे. जा—

रक्षक : होय, राजाधिराज.

[रक्षक जातो.]

शर्मिष्ठा : महाराज, अशा भलत्या रात्री शिकारीला जाणार?

ययाती : होय. या कठोर वातावरणाच्या काळ्याकभिन्न, बर्फासारख्या गार असलेल्या प्रचंड शिळा चहूकडून माझ्या अंगावर सरकत आहेत. मला चेंगरून मारण्यासाठी, माझा चुराडा करण्यासाठी. पण मी असा मरणार नाही. मी बाहेर पडणार आहे. या वाड्याच्या बाहेर, या नगराच्या बाहेर, सद्‌गुणांच्या अहंकारानं सडलेल्या या सगळ्या संसाराच्या बाहेर! घनदाट अरण्यं तुडवीत, मध्यरात्रीचा काळोख फोडीत, माझा रथ जाणार आहे धावत आणि धडपडत–पाणलोटाच्या भ्रमिष्ट वेगानं! पिसाट हिंस्र श्वापदासारखा...

[जातो.

शर्मिष्ठा त्याच्या मार्गाकडे पाहत उभी राहते. तिच्या डोळ्यांतून नकळत आसवे ओघळू लागतात. भानावर येऊन ती अश्रू पुसत असतानाच –]

[पडदा]

अंक दुसरा

प्रवेश पहिला

[अशोकवनातील राजमंदिर.
वेळ दुपारची.
शर्मिष्ठा एका आसनावर बसून वीणेच्या तारा जुळवीत आहे.
बाहेरून अस्पष्ट कोलाहल ऐकू येत आहे. कोलाहल जवळ येतो. जयजयकाराचे आणि शंख-शिंगाचे आवाज ऐकू येतात. शर्मिष्ठा वीणा बाजूला ठेवते आणि हर्षभराने उद्गारते- कचदेव आले!
कोपऱ्यात असलेल्या सज्जाकडे ती धावत जाते आणि बाहेर पाहू लागते. बाहेरचे आकाश लाल-केशरी धुळीने आणि जयघोषांच्या आवाजांनी गजबजून जाते.
मिरवणूक निघून जाते. शर्मिष्ठा आत येते. सुंदर स्वप्न पाहणाऱ्या माणसाप्रमाणे, सुखाच्या भावनेने दाटलेली.]

शर्मिष्ठा : कचदेवा, किती मोठे- किती मोठे झाला आहात तुम्ही! चौदा चौकडींच्या राजालादेखील अशा स्वागताचा हेवा वाटेल. देवाचा हात हातात असल्याप्रमाणे, प्रत्येक पाऊल आत्मश्रद्धेनं टाकणारी, केवळ आपल्या नजरेनं सभोवारच्या वातावरणात निरामय शांतीच्या आणि संतोषाच्या पताका रोवणारी, मातीनं माखलेल्या संसारात अलौकिकाचा आशीर्वाद पोचविणारी ही मूर्ती-त्या अल्लड खेळकर ऋषिकुमाराच्या मूर्तीपेक्षा किती वेगळी आहे! गवताची फुलं गोळा करणाऱ्या निर्झरानं साऱ्या आकाशाला आश्रय देणाऱ्या विशाल सरोवराचं रूप धारण केलं आहे. कचदेवा, मी धाकटी बहीण आहे तुमची. तुम्हाला आशीर्वाद देण्याचा मला अधिकार नाही, पण प्रत्येक स्त्रीच्या अंतःकरणात चिरंतन मातृत्वाचा अंश असतो-ती कोणत्याही नात्यानं बांधलेली असली तरी. त्या अधिकारानं,

सर्वांत श्रेष्ठ अशा त्या अधिकारानं, मी तुम्हाला आशीर्वाद देते-व्हा- असेच मोठे व्हा-याहूनही खूप मोठे व्हा! तुम्ही देवदानवांतील युद्ध थांबविलंत, भयानक रक्तपातापासून जगाला वाचवलंत. पुरुषार्थाचा हा नवा आविर्भाव पाहून, सम्राटांनी आपले राजमुकुट आणि वीरांनी आपली शस्त्रं तुमच्या पायाशी ठेवली आहेत. दुःखानं पिचलेल्या माणसांनी तुमच्या पायखुणांची आज तीर्थक्षेत्रं केली आहेत. कस्तुरीच्या सुवासाप्रमाणे दाही दिशांत पसरलेलं हे तुमचं यश असंच सारखं वाढत राहो! पण कचदेवा, या अफाट उंचीवरून शर्मिष्ठेपर्यंत तुमची दृष्टी पोचेल का? पण नकोच पोचायला ती! पूर्वीचं जीवन जाळून माझ्याच शरीरात मी भुतासारखी राहते आहे. हे अभद्र दर्शन तुम्हाला घडू नये हेच चांगलं. श्रेष्ठांचा सन्मान करण्यासाठी शालूपैठणीच्या गुढ्या उभारतात, अंधारात पडलेल्या मलीन चिंध्यांच्या नव्हे. जा बंधुराजा, तुम्ही तुमच्या प्रकाशित मार्गानं जा. काळोखाच्या कैदखान्यात बंदिवान झालेल्या शर्मिष्ठेची वेदना तुमच्या कानांवर कधीही येणार नाही-कधीही नाही.

तुझ्या यशाचा हा पुनवचांद

अमृत देई आर्त जिवाला ।।

प्रिय जनांच्या सुखि रे आता

उरला मला विसावा

करिति आसवे हीच सुखाची

शीतल जीवन-ज्वाला ।।

[विदूषक धापा टाकीत व अंगावरील कपडे सावरीत प्रवेश करतो.]

विदूषक : अरे बापरे, केवढी धुमश्चक्री ती! परमेश्वरा, या सज्जनांपासून तूच पृथ्वीचं रक्षण कर!

शर्मिष्ठा : (जाग आल्याप्रमाणे) कोण विदूषक? मला काही म्हणालात?

विदूषक : तुला नाही. परमेश्वराला विनंती केली मी.

शर्मिष्ठा : परमेश्वराला?

विदूषक : हो. अशा सज्जनांपासून पृथ्वीचं रक्षण कर अशी प्रार्थना केली त्याला.

शर्मिष्ठा : (पुढे येऊन) कोणत्या सज्जनांपासून?

विदूषक : कचदेवासारख्या.

शर्मिष्ठा : कचदेवासारखे सज्जनच पृथ्वीचं रक्षण करीत असतात.

विदूषक : कोणास ठाऊक! माझी पृथ्वी माझ्या शरीराएवढी आहे आणि शरीर आहे तोपर्यंतच आहे. शरीर संपलं की पृथ्वी संपली. आणि हे माझं प्रिय शरीर आज संपायच्या बेतातच आलं होतं- काय भयंकर प्रसंग तो!- शर्मिष्ठे, मला थोडं पाणी दे पाहू- पण इथं शुद्ध सात्त्विक पाणी आहे ना?-नाही, म्हणजे-आपल्या

महाराजांनी पेय पदार्थांच्या यादीतून साध्या पाण्याची हाकलपट्टी केली आहे, म्हणून विचारतो.

शर्मिष्ठा : हवं तेवढं आहे– हे घ्या. (त्याला पाणी देते.)

विदूषक : (पाणी पितो.) आता जरा जीव जागेवर आला! तर काय सांगत होतो – हो– राजसेवकांचा तट फोडून जेव्हा हजारो लोक कचाच्या दर्शनासाठी अशोकवनात घुसले तेव्हा या बाजूला पळू की त्या बाजूला पळू असं मला होऊन गेलं आणि चारी बाजूंना पळण्याचा प्रयत्न केल्यानं कोणत्याच बाजूला प्रगती झाली नाही. जागच्याजागीच पळत राहिलो. शेवटी जानव्याची ब्रह्मगाठ हातात धरली, क्रमांक तीनची बायको मागे येत आहे अशी कल्पना केली आणि डोळे मिटून जी मुसंडी मारली ती या मंदिराच्या दारापर्यंत!

शर्मिष्ठा : पण मी म्हणते तुम्ही त्या गर्दीत गेलात कशाला?

विदूषक : मी कशाला गर्दीत जातो आहे? गर्दीच माझ्यावर चाल करून आली. मी आपला शांतपणानं एका चिंचेच्या झाडाखाली बसून कविता करण्याच्या खटपटीत होतो. पहिला श्लोक पुरादेखील होत आला होता. मला तर प्रथम असंच वाटलं की मी कविता करायला बसलो म्हणूनच हे हजारो लोक माझ्यावर चाल करून येत आहेत. नंतर ध्यानात आलं, माझं पारिपत्य करण्यासाठी नव्हे तर कचदेवाचं कौतुक करण्यासाठी ते येत होते.

शर्मिष्ठा : (हसून) तुम्ही कविता करता हे मला माहीत नव्हतं.

विदूषक : मला तरी कुठं माहीत होतं? आणि क्रौंचमिथुनाची हत्या पाहण्यापूर्वी वाल्मीकीला तरी कुठे माहीत होतं की आपण कवी आहोत? आम्हा कवींचं हे असंच असतं. एखादा अपूर्व, अद्‌भुत, रोमांचकारक प्रसंग घडल्याशिवाय आमच्या अंत:करणात दबा धरून बसलेली शारदा कधी बाहेर येत नाही.

शर्मिष्ठा : असा कोणता प्रसंग घडला आज?

विदूषक : कोणता असेल तूच ओळख पाहू.

शर्मिष्ठा : कचदेव आज नगरात आले हा?

विदूषक : हो– एका परीनं तो प्रसंग अपूर्व होता यात शंका नाही. महाराणींनी सुरू केलेल्या यज्ञासाठी ऋषीऋत्विजांचे आणि गोसावी–वैराग्यांचे अनेक तांडे चारी दिशांतून प्रतिष्ठानास आले आहेत. गुळाच्या भेलीकडे मुंगळ्यांचा मोर्चा वळतो त्याप्रमाणे. या अशोकवनामध्ये दाढीमिशांचं आणि जटाजुटांचं असं काही जंजाळ माजलं आहे म्हणता, की वडाच्या पारंब्या कोणत्या आणि वैराग्यांच्या दाढ्या कोणत्या हेही समजेनासं झालं आहे. पण या पाहुण्यांच्या स्वागतासाठी गर्दी झाली ती केवळ राजदूतांची. म्हातारीच्या वेणीसारखी. म्हटलं तर आहे, म्हटलं तर नाही.

परंतु कचदेव आले– आणि तेही यज्ञ संपल्यावर– तर नगरात कोण धामधूम! बायका आणि पुरुष, म्हातारे आणि तरणे, धट्टेखट्टे आणि आजारी, सारेजण महाद्वाराकडे धावाधाव करू लागले, जणू पंचपक्वान्नांचा भंडारा फुटला होता तिथं! का या कचासाठी लोक इतका जीव टाकतात देव जाणे!

शर्मिष्ठा : ते आहेतच तसे. इथं अशोकवनात राहण्याची मला आज्ञा झाली नसती, तर मीदेखील गेले असते. दु:खीकष्टी लोकांना पोटाशी धरणारे आणि जगातील वैरभाव कमी करू पाहणारे थोर पुण्यात्मे आहेत ते.

विदूषक : हो, तू पूर्वीची राजकन्या आहेस हे आता लक्षातच येत नाही. त्या आश्रमातील कचाविषयीचं प्रेम आहे हे. तुझं आणि महाराणीचंही. पण शर्मिष्ठे, मला वाटतं, ईश्वराच्या चुका दुरुस्त करण्याचा माणसाला अधिकार नाही. कचाच्या प्रयत्नानं लढाई आज थांबेल, कदाचित उद्याही थांबेल, पण परवा ती थांबणार आहे काय? आणि लढाई कायमची थांबली तर कमरेला तलवारी बांधून आणि चेहरे उग्र करून फिरणाऱ्या या सहस्रावधी सैनिकांचं काय करायचं? अश्वशाळेतील हजारो घोडे, गजशाळेतील हजारो हत्ती आणि शब्दकोशातील वीर, पराक्रम, शौर्य, सेनापती यांसारखे हजारो शब्द, यांची वासलात काय लावायची? साधुसंतांनी असा प्रचार करावा हे ठीक आहे. त्यामुळे या मारामारीच्या व्यवहारात काही तोल राहतो. पण माणसाच्या मनात रुजून बसलेली लढाई केवळ समरांगणावर समेट करून कायमची नाहीशी होत नाही. आमची क्रमांक दोनची बायको हयात असतानाचा एक प्रसंग– पण जाऊ दे. तात्पर्य काय, हजार लोकांबरोबर मीही कचदेवांना नमस्कार करीन, पण त्यांच्यावर काव्य रचणार नाही. काव्याचा विषय कसा अगदी जिव्हारी भिडायला हवा.

शर्मिष्ठा : मग असा आणखी कोणता विषय सापडला आज? इथं सुरू असलेल्या यज्ञाची पूर्तता झाली म्हणून का काव्य स्फुरलं तुम्हाला?

विदूषक : जे सुरू झालं त्याचा शेवट कधीतरी होणारच. शुक्राचार्यांचं तपाचरण सफल व्हावं म्हणून महाराणींनी हा यज्ञ केला. पण खरं सांगायचं तर, शुक्राचार्यांबद्दल महाराणींच्या मनात जे प्रेम असेल तेवढंच. इतर कुणालाही कौतुक नाही त्याचं. शुक्राचार्य म्हणजे महान तपस्वी खरा– पण करपलेला मोदक! खव्याचं मधुर सारण भरलेला, साजुक तुपानं माखलेला, शर्करेत घोळलेला, पण शेवटी आत बाहेर जळलेला! शुद्ध कोळशाचा नातेवाईक! नाना विद्यांचं, तपाचं आणि मंत्रांचं बळ त्याच्याजवळ आहे खरं, पण अंत:करण म्हणजे नुसती अंधारकोठडी. सर्पाचं आणि विंचवांचं माहेरघर. बाकी हे सारं तुला माहीत असेलच म्हणा. म्हणून यज्ञात भाग घेणाऱ्या पुरोहितांचं लक्ष यज्ञाच्या उद्दिष्टाकडे नव्हतं. ते होतं महाराणींनी

दिलेल्या सुवर्णाकडे. सोमरसाकडे आणि मिष्टान्नाकडे. अशा यज्ञाचं कोणाला कौतुक वाटेल?

शर्मिष्ठा : मग तुम्हीच सांगा.

विदूषक : सांगू? तू हरलीस?

शर्मिष्ठा : हो– हरले.

विदूषक : वाहवा! खुद्द ययाती महाराजांना जिंकणारी दासी या विदूषक महाराजांपुढे मी हरले म्हणून सांगते आहे!

शर्मिष्ठा : मी कोणालाही जिंकलं नाही. स्त्रिया जिंकत नाहीत, जिंकल्या जातात.

विदूषक : हा एक गैरसमज–फक्त पुरुषांचा. डाळिंबाचे दाणे खात पिंजऱ्यामध्ये बसलेल्या पोपटाला वाटतं की आपण पिंजरा जिंकलेला आहे. पण खरोखर जिंकणारा असतो पिंजरा आणि जिंकलेला असतो पोपट. डाळिंबाच्या दाण्यामुळे हा गोंधळ पोपटाच्या डोक्यात उत्पन्न होतो.

शर्मिष्ठा : मूळ मुद्दा बाजूला राहिला. कोणता तरी अद्‌भुत, अपूर्व आणि रोमांचकारक प्रसंग पाहून तुम्हांला काव्य सुचलं होतं आणि तो प्रसंग कोणता हे तुम्ही मला सांगणार होता. कोणता तो?

विदूषक : सांगू? जरा संकोच वाटतो – पण तुला सांगायला हरकत नाही. राणीवशात काम करणाऱ्या एका द्राविडी दासीनं मला – मला – प्रेमपत्र लिहिलं आहे.

शर्मिष्ठा : अरे वा! म्हणजे आता पुन्हा लग्नाचा योग आलेला दिसतो!

विदूषक : शांतम् पापम्! अग, लग्नाचा योग आला की प्रेमाचा कायमचा वियोग झाला म्हणून समजा. ज्याला आपलं प्रेम शाबूत ठेवायचं असेल त्यानं लग्नाच्या वाटेला जाऊ नये. लग्नाच्या प्रकरणातून पोरांशिवाय दुसरं काहीही निष्पन्न होत नाही हा शहाण्यांचा अभिप्राय आहे. प्रेमाच्या जिन्यानं मनुष्य स्वर्गाला जातो आणि लग्नाच्या जिन्यानं थेट पुन्हा पाताळात येऊन पडतो. माझा पाच वेळचा अनुभव आहे. माझंच कशाला – आपल्या ययाती महाराजांचंच उदाहरण पाहा ना. माझं नैतिक धैर्य पाच लग्नांपर्यंत तरी टिकलं. ते तर एकाच लग्नानंतर पाताळाच्या तळाशी जाऊन पडले आहेत. त्यांनी जर देवयानीशी –

शर्मिष्ठा : थांबा! कोणत्याही गोष्टीवर विनोदानं बोलण्याची तुम्हाला मोकळीक आहे आणि तेच तुमचं काम आहे हे मी जाणते. तरी पण मला वाटतं, महाराजांचं व्यसन, त्यांची आजची मन:स्थिती, हे तुमच्या विनोदाचे विषय होऊ नयेत. निदान माझ्या समोर तरी. तुम्हाला या गोष्टीचं काहीच का वाटत नाही?

विदूषक : हे पाहा शर्मिष्ठे, विनोद हे जिभेचं अपत्य आहे, अंत:करणाचं नव्हे. हे बोलणं परमार्थानं घ्यायचं नाही. तू दासी असलीस तरी आज महाराजांची आवडती

सखी झाली आहेस आणि मी विदूषक असलो तरी त्यांचा जवळचा मित्र आहे. त्यांची आजची अवस्था पाहून माझं अंत:करण तुटल्याशिवाय कसं राहील? एक वर्षापूर्वी, विवाहाच्या पहिल्या रात्री, मृगयेसाठी म्हणून मध्यरात्री जंगलात गेलेले महाराज पुन्हा कधी परत आलेच नाहीत. दुसऱ्या दिवशी राजवाड्यावर परतलेले महाराज फार वेगळे होते. जणू जंगलातल्या लांडग्यापुढे त्यांनी आपलं पूर्वीचं आयुष्य टाकलं आणि तेथील भुताखेतांनी दिलेलं दुसरं आयुष्य पांघरून ते माघारी आले. मद्य आणि स्त्री यांचा व्यसनी अतिरेक तेव्हापासूनच सुरू झाला. नंतर दस्यूंचा पाडाव करण्यासाठी पश्चिमेकडे स्वारीवर गेले. तिकडून परत आल्यावर तर कोणताच धरबंद राहिला नाही. महाराणी तर राजा आणि राजसत्ता ही दोन्ही आपल्या ताब्यात आल्याच्या आनंदात मग्न आहेत. आपल्या राणीपणाची त्यांना जेवढी जाणीव आहे त्याच्या शतांशानंही त्यांना आपल्या पत्नीपणाची जाणीव असती, तर गोष्टी या थराला आल्या नसत्या. महाराणींच्या समोर ययाती महाराज मान खाली घालतात आणि त्या नजरेआड झाल्या की स्त्रीचं शरीर आणि मदिरेचा पेला जवळ करतात– आपलं सारं दु:ख, सारा अपमान त्यात बुडविण्यासाठी. शर्मिष्ठे प्राणाची किंमत देऊन हे सारं बदलता आलं असतं तर तीही द्यायला मी तयार झालो असतो– महाराजांना या चिखलातून बाहेर काढण्यासाठी. पण आपले हात थोटे आहेत, फार थोटे आहेत. आकाश कोसळताना दिसत आहे. पण आपण काहीही करू शकत नाही. रंगालयात बसलेल्या प्रेक्षकांसारखं हे भयाण नाट्य फक्त पाहत आहोत, उघड्या डोळ्यानं.– महाराजांची स्वारीच इकडे येत आहे. झोपेशिवाय रात्री आणि विश्रांतीशिवाय दिवस लोटणाऱ्या माणसाचा चेहरा आहे हा! वाटतं की हंबरडा फोडून परमेश्वराला हाक घालावी आणि विचारावं, का या श्रेष्ठ माणसाचा असा चुराडा करतो आहेस? मी जातो. या घटकेला महाराजांचं मनोरंजन करणं मला शक्य होणार नाही. विदूषकाची आसवं म्हणजे जगातील सर्वांत हास्यापद गोष्ट. जातो मी.

[विदूषक बाहेर जातो. शर्मिष्ठा सुन्न होऊन उभी राहते. ययाती प्रवेश करतो.]

ययाती : मला वाटलं, विदूषक इथं आलेला आहे.

शर्मिष्ठा : हो आले होते. आत्ताच गेले.

ययाती : का? मी येणार आहे हे माहीत असून गेला? प्रतिहार –

शर्मिष्ठा : त्यांना बोलावू नये. ते यायचे नाहीत.

ययाती : मी बोलावलं तरी? कारण?

शर्मिष्ठा : त्यांच्या डोळ्यांत आसवं आहेत. ती कोणाला दिसू नयेत अशी इच्छा

आहे त्यांची.

ययाती : विदूषकाच्या डोळ्यांत आसवं? कशासाठी?

शर्मिष्ठा : देव जाणे!

ययाती : विदूषक रडायला लागले म्हणजे सृष्टीचा समारोप जवळ आला आहे असंच मानायला हवं. पण शमा, तुझ्याही डोळ्यांत आसवांच्या खुणा दिसत आहेत. तूही रडत होतीस?

शर्मिष्ठा : असेन कदाचित.

ययाती : माझ्या लक्षात आलं. तो वेडा आहे आणि तूही. माझ्यासाठी आसवं गाळीत होतीस, खरं ना?

शर्मिष्ठा : होय.

ययाती : माझा अध:पात पाहून?

शर्मिष्ठा : आपलं दु:ख पाहून.

ययाती : मग अकारण आहेत ती आसवं. केवळ मनानं जगणारा योगी दु:खाच्या पलीकडे जातो, त्याप्रमाणे केवळ शरीरानं जगणारा व्यसनी लंपटही दु:खमुक्त होतो. मी असाच दु:खमुक्त झालो आहे. मला परत माघारी आणण्याचा प्रयत्न करणार आहेस तू?

शर्मिष्ठा : हो. करणार आहे.

ययाती : उपदेश करून?

शर्मिष्ठा : नाही, फक्त प्रेम करून.

ययाती : (चपापून) शर्मिष्ठे, आज प्रथमत:च तू या शब्दाचा उच्चार केला आहेस.

शर्मिष्ठा : माझ्या भावनेचा.

ययाती : पण का? कशासाठी?

शर्मिष्ठा : मला राहवत नाही म्हणून.

ययाती : पण-पण- प्रेमासारख्या कोमल भावनांना माझ्या आयुष्यात आता जागा उरलेली नाही, शमा. माझ्या हातानं त्या मी कुस्करून टाकल्या आहेत. माझ्या अंत:करणाला एकदा सवय होती प्रेम करण्याची. आता नाहीशी झाली आहे ती. मला आता स्त्रीचं शरीर फक्त समजतं, तिचं मन समजत नाही. स्त्री ही माझ्या दृष्टीनं केवळ एक व्यसन आहे, मनोरंजनाचं साधन आहे, बुद्धीला ग्लानी आणणारी एक नुसती नशा आहे. अशा व्यसनाच्या रूपानं येणाऱ्या स्त्रियाच मला माझ्या सभोवार सहन होतात, इतर नाही.

शर्मिष्ठा : महाराज आपण स्वत:ची फसवणूक करीत आहात. मी आपल्याजवळ व्यसनाच्या रूपानं कधीही आले नाही आणि तरीही-क्षमा करा या बोलण्याची-

तरीही आपण माझा सहवास सहन करीत असता.

ययाती : फक्त तुझाच!

शर्मिष्ठा : का?

ययाती : रानोमाळ फिरणाऱ्या हिंस्र पशूलादेखील एखादी जागा अशी लागते की जेथे त्याला विश्रांतीसाठी मान टाकता येईल.

शर्मिष्ठा : जे आहे ते कबूल करण्याची आपल्याला भीती वाटते आहे महाराज.

ययाती : होय, तेही शक्य आहे. जंगलातील जनावरं क्रूर असतात तशी भित्रीही असतात. माझ्या भेकडपणाची मला जाणीव आहे, शमा. आकाशात मेघांची गर्जना आणि विजांचा लखलखाट सुरू होताच, भयभीत होऊन पिसाटासारखे पळत सुटलेले वाघ आणि सिंह मी पाहिलेले आहेत. नीतिमत्तेच्या आणि चारित्र्याच्या वरच्या पायरीवर असलेली माणसं पाहिली की माझीही अवस्था अशीच होते. काल कचदेव राजसभेत आले तेव्हा त्यांच्या नजरेला नजर भिडविण्याचं धैर्य मला झालं नाही. त्या भयग्रस्त वाघांप्रमाणे माझं मन कचासारख्या, देवयानीसारख्या श्रेष्ठ माणसांपासून सतत दूर पळत असतं. आणि धावून धावून थकलेलं हे मन, शर्मिष्ठे, का कोणास ठाऊक, तुझ्या सहवासाचा निवारा शोधीत तुझ्याकडे येतं. येऊ नये पण येतं. शमा, तूही का माझा धिक्कार करीत नाहीस? माझ्या चरित्राचा चिखल पाहून तुला माझ्याविषयी तिरस्कार वाटत नाही?

शर्मिष्ठा : नाही– स्त्रीच्या विनयाला न शोभणारं मी बोलते आहे याची मला जाणीव आहे. पण बोलण्यावाचून गत्यंतर नाही. संसारातल्या साऱ्या दुर्गुणांनी तुमच्या कपाळावर आपल्या स्वामित्वाचं शिक्कामोर्तब केलं तरी तुमच्या संबंधीच्या माझ्या भावनेत तिळमात्र फरक पडणार नाही.

ययाती : मग तुझ्या दुर्दैवाला पारावार नाही. मी तुझ्या भावनेला कोणत्याही प्रकारचं उत्तर देऊ शकत नाही. कधीही देणार नाही. मला मोकळीक नाही आणि इच्छाही नाही.

शर्मिष्ठा : महाराज, आपण माझ्यावर प्रेम करावं असं मी कधी म्हटलं नाही आणि म्हणणारही नाही. माझ्या अधिकाराची सीमा मी जाणते.

ययाती : अधिकार! सृष्टीच्या पलीकडे अदृश्यात बसून जो कोणी हे अधिकाराचे व्यवहार ठरवीत आहे, त्याला इतर सारं माहीत असेल, पण प्रेमाचा धर्म मात्र त्याला उमगलेला नाही एवढं खरं. ज्या क्षणी प्रेम करण्याचे आणि करवून घेण्याचे अधिकार निर्माण होतात, त्याच क्षणी प्रेम नष्ट होतं आणि नुसते अधिकाराचे पोलादी साखळदंड शिल्लक राहतात. काचून काचून परस्परांना ठार मारण्याचे अधिकार!

शर्मिष्ठा : महाराज, माझ्या गळ्याची शपथ आहे—

ययाती : जाऊ दे. शमा जाऊ दे. तू राजकन्या असून दासी झाली आहेस. मी माणूस असून जनावर झालो आहे- होण्याचा प्रयत्न करीत आहे. एखादे वेळी अजूनही वाटतं, हे सारं चूक आहे. मद्य आणि मंचक यांच्यापलीकडे माणसाच्या जीवनाला काही तरी अर्थ असायला हवा. नसला तरी द्यायला हवा. माझ्या राजेशाही मंचकावर नव्या नव्या शरीरांचा कुस्करा करताना, मद्याचे घट एकामागून एक पोटात रिचवताना, जंगलात जनावरं मारताना, अथवा नग्न वारांगनांचे नाच पाहताना,- केव्हा तरी एकदम काळजात कट्यार गेल्यासारखी वेदना होते आणि वाटतं की छातीवर हात दाबून पृथ्वीच्या सरहद्दीपर्यंत सारखं पळत सुटावं. अजून मनाचा दगड होत नाही. पण होईल, माझी खात्री आहे तो होईल. जाऊ दे-हे विचार नको आहेत मला शमा, माझ्यासाठी एक गाणं म्हणशील?

शर्मिष्ठा : हो. आपण सांगाल तर म्हणेन.

ययाती : म्हण – या क्षणाला मला संगीत हवं आहे. आपल्या लाल केशरी, कोमल आणि तीव्र स्वरांनी माझ्या सभोवार एक अभेद्य भिंत उभारून मला आत कोंदटून टाकणारं, यातनांनी भरलेली माझी जाणीव नष्ट करून मला थोडा वेळ स्वरमय करून टाकणारं, जीवनाच्या खातेऱ्यात असतानाच माणसाच्या मनाला संज्ञाशून्य अशा स्वर्गापर्यंत पोचविणारं – शमा, मला संगीत हवं आहे!

शर्मिष्ठा : आपण म्हणता तसं सामर्थ्य माझ्या गीतात नाही हे मला माहीत आहे. पण म्हणते मी –

> हे स्वरांनो, चंद्र व्हा
> चांदण्याचे कोष माझ्या
> प्रियकराला पोचवा ।।
> वाट एकाकी तमाची
> हरवलेल्या मानसाची
> बरसुनी आकाश सारे
> अमृताने नाहवा ।।

[गाणे संपत असता बाहेर दूरवर घंटांचे आवाज आणि आरडाओरड ऐकू येते. शर्मिष्ठा एकदम थांबते आणि कानोसा घेते.]

ययाती : कसला कोलाहल हा? या भयसूचक घंटा कशासाठी वाजत आहेत? प्रतिहार-प्रतिहार-

प्रतिहार : (प्रवेश करून) आज्ञा व्हावी स्वामी.

ययाती : काय झालं आहे? कसला गोंधळ हा?

प्रतिहार : राजाधिराज, हा रक्षक आला आहे वार्ता घेऊन.

[रक्षक येतो.]

रक्षक : महाराज, कचदेवांच्या परिवाराबरोबर आलेला एक संन्यासी उन्मत्त झाला आहे. यज्ञाच्या मंडपाला त्यानं आग लावायचा प्रयत्न केला आणि पशुमंडलातील पिंजरे तोडून रानटी जनावरं मोकळी सोडली.

शर्मिष्ठा : अगबाई! मग-

रक्षक : मोठ्या प्रयासानं जनावरं पुन्हा पिंजऱ्यांत घातली आहेत. पण त्या संन्याशाचा उन्माद कमी झाला नाही. त्याने द्वारपालाच्या हातातील भाला ओढला आणि सैरावैरा धावत अनेकांवर वार केले. अशोकवनात चहूकडे धावपळ झाली. स्त्रियांच्या अंगावर तर तो पिसाटासारखा धावून जातो आहे. अतिथी आणि संन्यासी असल्यामुळे रक्षकांना त्याला मारणंही शक्य नव्हतं. महत् प्रयासानं आम्ही त्याला पकडून नि:शस्त्र केलं आहे. रक्षक त्याला इकडे घेऊन येत आहेत. कचदेव आणि महाराणी काही ऋत्विजांना निरोप द्यायला गेली आहेत. त्यांच्याकडेही ही वार्ता कळविली आहे. सम्राटांची भेट हवी- असं तो संन्यासी सारखा ओरडतो आहे.

[बाहेर गलका. संन्याशाचे ओरडणे इत्यादी.]

राजाधिराज, तो आला आहे. आपण आज्ञा द्याल तर त्याला बाहेरच रोखून ठेवू.

शर्मिष्ठा : होय, बाहेरच अडवून ठेवा त्याला! काही झालं तरी आत येऊ देऊ नका.

ययाती : नाही, उन्मत्त असला तरी माझा अतिथी आहे तो. येऊ दे त्याला आत. जा-सांग रक्षकांना-

[रक्षक जातो.]

शर्मिष्ठा : महाराज, मला भीती वाटते.

ययाती : वेडी आहेस! मी इथं असताना तुला भिण्याचं काय कारण? अंगावर टिपण टाकून आलेला वाघ आणि सिंहदेखील मी नुसत्या मनगटाने मागे रेटले आहेत आणि हा तर-

[चार रक्षक संन्याशाला साखळदंडांनी बांधून आत आणतात.]

ययाती : हा-हा-हा- तर-

संन्यासी : तूच का प्रतिष्ठानचा सम्राट?

ययाती : होय, मीच.

संन्यासी : जगातील साऱ्या सम्राटांनी आणि सम्राज्ञींना अंगाची कातडी सोलून, डोळे काढून, हातपाय तोडून, ठार मारलं पाहिजे. मी-मी हा उद्योग करणार आहे. राजमुकुटात किडे पडलेले असतात हे त्यांना माहीत नाही. पिंजऱ्यात ती जनावरं कोंडून कोणी ठेवली? तूच? तूच?

ययाती : होय, मीच.

संन्यासी : याचा जाब तुला द्यावा लागेल. वनातील सगळ्या सिंहानी, वाघांनी आणि लांडग्यांनी मला सांगितलं आहे.-केव्हाच सांगितलं आहे. माणसाच्या शरीराची चिरफाड लांडगे कशी करतात, तुला अजून ठाऊक नाही. मला माहीत आहे ते. मी बजावून सांगतो, लांडग्यांच्या वाटेला जाऊ नकोस! आपले अक्राळविक्राळ पिवळेधमक दात बाहेर काढून जेव्हा लांडगे हसायला लागतील तेव्हा कळेल तुला! नुसतं ते हास्य पाहून तू मरून जाशील. तू राजपदाला नालायक आहेस. तुझ्या राज्यावरच्या आकाशाला शंभर भगदाडं पडली आहेत आणि त्यांतून अप्सरांच्या स्तनांचे ढीग सारखे खाली पडत आहेत! त्याचं पारिपत्य तू केलं नाहीस- ही-ही- कोण? हिनेच ते लांडगे माझ्या अंगावर सोडले. कोण-कोण आहे ही?

ययाती : ही माझी दासी आहे.

संन्यासी : साफ खोटं. ही दासी नाही! माझा सर्वनाश करण्यासाठी हिमालयातील यक्षांनी निर्माण केलेला हा एक भयंकर सापळा आहे. स्तन आणि मांड्या असलेला सापळा आहे हा. मी - मी - या सापळ्याच्या ठिकऱ्या उडवीन- नायनाट करीन त्याचा -

ययाती : मागे हो!

संन्यासी : मी कोणाचंही ऐकणार नाही! या सापळ्याचा मी चुराडा करीन तेव्हाच राहीन. मी मागे होणार नाही-

[अंगावर धावण्याचा प्रयत्न करतो. त्याच वेळी कच, देवयानी व रक्षक प्रवेश करतात.]

कच : (येताना) संन्यासी, मागे हो! एक पाऊलही पुढे टाकलंस तर मला आवडायचं नाही. [बाहेर येतो.] खबरदार, जागेवरून हललास तर!

संन्यासी : (भयभीत होऊन) आचार्य?

शर्मिष्ठा, ययाती : कचदेवा! [अभिवादन करतात.]

संन्यासी : (थरथरत) आचार्य-मी-मी-

[अभिवादन करतो.]

कच : (खांद्यावर हात ठेवून) शांत हो, संन्यासी, शांत हो!

संन्यासी : हा सापळा- आचार्य, हा सापळा मला धरतो आहे! मला तोडणार आहे तो.

कच : संन्यासी, मी तुझ्याजवळ आहे. अजूनही भीती वाटते तुला?

संन्यासी : नाही- आता नाही वाटत.

कच : शर्मिष्ठे, तुझ्या दुर्दैवाची वार्ता मला समजली. तुझं हे दास्य पाहून मला किती

दु:ख होत आहे हे तू जाणत असशील. मी देवयानीजवळ बोलेन–

देवयानी : यासंबंधात बोलण्यासारखं काहीही नाही.

कच : ठीक आहे, देवयानीला आवडलं नाही तरीही मी तिच्याशी बोलेन. पण आता तू येथून जावंस हे बरं. त्याशिवाय संन्याशाचा क्षोभ कमी होणार नाही.

देवयानी : दासी, तुला अशोकवनात थांबायचं आता कारण नाही. तू अशीच राजवाड्यात जा आणि माझ्या आज्ञेची प्रतीक्षा कर!

शर्मिष्ठा : आज्ञा प्रमाण आहे, देवी.

[जाते.]

संन्यासी : (जाग आल्याप्रमाणे) कचदेव, माझ्या हातून काही अपराध घडला आहे असं वाटतं. मला क्षमा करा – आचार्य– मला क्षमा करा.

देवयानी : रक्षका, या माणसानं पुन्हा काही आचरटपणा केला, अत्याचार केला, तर अशोकवनाच्या द्वारमंडपात त्याला वेताच्या छडीनं रक्त फुटेपर्यंत फोडून काढा आणि रथाच्या चाकाला बांधून नगराच्या हद्दीबाहेर फेकून द्या– निवडुंगाच्या फडावर.

संन्यासी : (किंचाळून) नका!–नका!– मला अशी शिक्षा करू नका! मी शरण आहे– मी शरण आहे–

[कचाच्या गुडघ्याला मिठी मारतो.]

कच : (संन्याशाला उठवीत) भिऊ नकोस संन्यासी. मी आहे तोपर्यंत कोणीही तुझ्या केसाला धक्का लावू शकणार नाही. ऊठ!

देवयानी : प्रतिष्ठानात राज्य आमचं आहे.

कच : प्रतिष्ठानात तुमचं राज्य असेल, पण प्रतिष्ठानासकट साऱ्या पृथ्वीवर परमेश्वराचं राज्य आहे. ते एकच राज्य मी मानतो.

यतिमन मम मानित त्या
एकल्या नृपाला ।।
आदिअंत ज्यास नसे
त्या सनातनाला ।।
गगनधरा ज्या निवास
बंधन भय नाहि त्यास
समिर करिल काय नमन
सधन सागराला ।।

पण देवी, हा वृथा वाद कशाला? संन्याशाच्या वतीनं मी सर्वांची क्षमा मागतो आणि पुन्हा असा प्रकार होणार नाही असं आश्वासन देतो.

देवयानी : ठीक आहे. घेऊन जा त्याला आश्रमामध्ये.

[रक्षक संन्याशास नेऊ लागतात.]

ययाती : थांबा!

देवयानी : का?

ययाती : कचदेव, हा संन्यासी कुठे भेटला तुम्हाला?

कच : हिमालयातील एका दरीमध्ये. मी माझ्या परिवारासह हिमालयातून भ्रमण करीत असता, एक दरीमध्ये भ्रमिष्ट स्थितीत फिरताना हा मला आढळला. मनाची आणि शरीराची तयारी नसताना परमार्थाच्या मागे लागल्याचा परिणाम होता तो. मी त्याला माझ्याबरोबर घेतला आणि त्याच्यावर उपचार केले. आता पुष्कळ सुधारला आहे, पण केव्हा केव्हा अजूनही असा उन्मत्त होतो तो.

ययाती : तो यापुढे इथंच राहील.

देवयानी : का?

ययाती : हा संन्यासी म्हणजे – हा संन्यासी– बालवयात घरातून बाहेर पडलेला यती आहे!– माझा थोरला भाऊ! तोच असला पाहिजे. तोच आहे तो!

देवयानी : भाऊ! थोरला भाऊ!

कच : तुमचा भाऊ!

ययाती : हो, भाऊ आहे तो माझा. अश्वमेधाच्या स्वारीत मला तो हिमालयात दिसला होता. भेटला होता. परत यायला तयारही झाला होता. पण नंतर पुन्हा त्याचा विचार फिरला आणि मला नकळत तो पुन्हा डोंगरदऱ्यांत निघून गेला.

देवयानी : तुमचा काहीतरी गैरसमज होतो आहे.

ययाती : गैरसमज नाही! खात्री आहे माझी. यती, यती, मी तुझा धाकटा भाऊ ययाती तुला हाक मारतो आहे. तुला समजत नाही का? काहीच का आठवत नाही तुला?

संन्यासी : (प्रयत्न करीत) माझा धाकटा भाऊ! माझं नाव यती आहे?– हो– मला आठवतं, पुसट आठवतं. मी एका राजवाड्यात राहत होतो – एका मोठ्या महालात उंच उंच समया जळत होत्या– हत्तीवरती रुपरी अंबाऱ्या होत्या – रत्नांचं नक्षीकाम केलेलं एक सिंहासन होतं कुठंतरी – मला आठवतं आहे – एक उग्र संतापी पुरुष होता–कोण होता कुणास ठाऊक– तो सिंहासनावर बसत असे–फार भीती वाटायची मला त्याची–देवघरात बसून सतत प्रार्थना करीत होतो मी– आणि हो– माझा लहान भाऊ होता एक– त्याचं नाव ययाती! हो ययातीच!

देवयानी : न्या त्याला इथून! ढोंगी, कपटी, भामटा!

ययाती : तो यती आहे– तो यती आहे– आणि प्रतिष्ठानच्या राज्यावर त्याचा अधिकार

आहे. कचदेव, मी या राज्याचं सिंहासन यतीला– माझ्या थोरल्या भावाला– द्यायला तयार आहे.

देवयानी : प्रतिष्ठानचं सिंहासन, महाराज, तुमच्या एकट्याच्या मालकीचं नाही. ज्या दिवशी मी आपली पट्टराणी झाले त्याच दिवशी माझाही अधिकार सिंहासनावर प्रस्थापित झाला आहे. तुम्ही सिंहासन सोडू शकता, ते दुसऱ्याला देऊ शकत नाही. माझ्या संमतीशिवाय.

ययाती : (क्षीण स्वरात) देवयानी!

देवयानी : आणि हा तुमचा भाऊ आहे हेही मला मान्य नाही. संन्याशाचा वेश चढविणारा एक कपटी ठक आहे तो. भ्रमिष्ट तो नाही, भ्रमिष्ट तुम्ही आहात– मद्याच्या कैफात तुम्ही हे बरळता आहात. दारूच्या पेल्यात आणि वेश्यांच्या विळख्यात ज्यानं स्वत:ला बुडवून घेतलं आहे अशा नालायक माणसाचे शब्द खरे मानायला साऱ्या जगाचा अजून कुंटणखाना अथवा मद्यालय झालेलं नाही!

कच : देवयानी! किती कठोरपणानं बोलते आहेस!

देवयानी : जे वाटतं ते बोलते आहे. मी प्रतिष्ठानची सम्राज्ञी आहे, तपोवनात बसलेली जोगीण नव्हे. नहुषाचं सिंहासन जंगलातून उगवलेल्या महत्त्वाकांक्षी गोसावड्यांसाठी नव्हे हे सर्वांच्या लक्षात यायला हवं. जा, द्वारपाल, यापुढे क्षणभर थांबलात तर तुम्हाला शासन करीन मी. जा घेऊन त्याला!

कच : होय, जा, त्याला आश्रमात पोचवून द्या. जा, संन्यासी, मी थोड्या वेळानं भेटतो तुला.

[रक्षक संन्याशास घेऊन जातात.]

कच : ययाती महाराज, तुम्ही कष्टी होण्याचं कारण नाही. संन्यासी तुमचा भाऊ आहे अथवा नाही हा प्रश्नच आता निर्माण होत नाही. नावागावाचा त्याग केलेला तो एक संन्यासी आहे आणि संसारात माघारी परत जाण्याचे सर्व मार्ग त्याने उद्ध्वस्त केले आहेत. त्याला सांभाळून पुढे न्यायचं आहे, मागे नव्हे. पुन्हा त्याला संसाराच्या दरवाजाकडे नेणं म्हणजे त्याची व्याधी पराकोटीला पोचविणं, त्याचा नाश करणं आहे. तो माझ्या ताब्यात आहे. मी असं होऊ देणार नाही. महाराज, माझ्यावर विश्वास ठेवा, तो आज कोणाचाही कोणी नाही. त्याला त्याच्या मार्गानं निर्वेधपणानं जाऊ द्या.

ययाती : ठीक आहे. आपला शब्द मला प्रमाण आहे, कचदेव.

कच : मी आश्रमाकडे जातो. थोडा वेळ मला त्या संन्याशाजवळ राहायला हवं. देवयानी–

देवयानी : मीही येते तुमच्याबरोबर. यज्ञाचा प्रसाद घेऊन बाबांकडे दूत रवाना करायचे

आहेत, आणि अध्वर्यूंनाही निरोप द्यायचा आहे.

[कच, देवयानी व इतर सर्व जातात. रंगमंचावरील प्रकाश मंद होत जातो. फक्त ययातीच्या चेहऱ्यावर प्रकाशझोत पडतो.]

ययाती : मद्याच्या नशेत बरळणारा–वेश्यांच्या विळख्यात स्वत:ला बुडवणारा–भ्रमिष्ट– नालायक! कशाला जगतो आहे मी!– माणसांच्या वारुळी समूहात मी होतो उत्तुंग पर्वत, विंध्याचलासारखा! आकाशात मनगट उभारून सूर्याचा मार्ग आडविणारा, पृथ्वीचा भार सांभाळून शेषाला विश्रांती देणारा, अमरावतीच्या दारावर धडका देऊन इंद्राला भयभीत करणारा. पण आज झालो आहे किडा–किडा– नुसता किडा! शरीरभोगाच्या किळसवाण्या दलदलीत रुतलेला, शंभर माद्यांचा अमंगल सहवास भोगणारा, काळाचं वज्र अंगावर पडत नाही म्हणून केवळ जिवंत राहणारा! बाप म्हणून नहुषाचं नाव सांगणाऱ्या माणसा, काय दशा झाली ही तुझी! जनावर होण्याच्या प्रतिज्ञेनं माणसांच्या कळपातून बाहेर पडलास–पण झाला आहेस फक्त किडा!– मला स्वर हवा आहे, शर्मिष्ठे, मला तुझा स्वर हवा आहे! पराभवाच्या या हिरव्या अचेतन, विषारी वनस्पतींनी भरलेल्या पाणथळीत तडफडणाऱ्या कीटकाला–शर्मिष्ठे,–तुझ्या स्वराचा आधार हवा आहे!

[आसनावर पडतो. त्याच वेळी शर्मिष्ठेच्या गाण्याचे स्वर ऐकू येऊ लागतात. त्या स्वरांनी सर्व वातावरण भरून जाते. प्रकाशझोतही मालवतो.]

[पडदा]

अंक दुसरा

प्रवेश दुसरा

[अशोकवनातील उपवन.
वेळ सायंकाळची.
देवयानी एका शिलाखंडावर
बसलेली.]

देवयानी : दिवस आता मावळू लागला आहे. मावळतीच्या रेषेखाली अर्धाअधिक गेलेला सूर्य यज्ञकुंडातील ज्वालेसारखा दिसत आहे आणि सभोवार असलेले ढगांचे पुंज केशरी रंगाची रेशमी वस्त्रं परिधान करून या यज्ञाचं पौरोहित्य करीत आहेत- कचदेव येणारच नाहीत का? सूर्यास्ताच्या अगोदर मला या उपवनात भेटा म्हणून मी त्यांना निरोप पाठविला होता. पण अजूनही आले नाहीत ते. की माझं बोलावणं वाऱ्यावर विरून गेलं? प्रवासाचं प्रस्थान ठेवल्यावर, आश्रमातील अशाच एका उपवनात, ते मला म्हणाले होते, तू मला हाक मारलीस तर पृथ्वीच्या कोठल्याही कोपऱ्यातून मी तुझाकडे धावत येईन. सारं खोटं! इथे हाकेच्या अंतरावर असताही ते देवयानीला कधी भेटले नाहीत. भेटले फक्त प्रतिष्ठानच्या पट्टराणीला- ययाती महाराजांच्या पत्नीला. का माझी त्यांना भीती वाटते? साधुत्वाच्या कितीही कफन्या चढविल्या तरी माणसाचं मन काही पृथ्वीच्या पलीकडे जात नाही! राणीच्या ऐश्वर्यशाली जीवनात मी रमलेली आहे हे पाहून त्यांच्या मनात- यावं, कचदेव यावं-

[कच प्रवेश करतो.]

सूर्याच्या प्रखर उजेडात माझ्यासमोर उभं राहण्याचा संकोच का वाटला आपल्याला?

कच : कोठल्याही संकोचांना माझ्या आयुष्यात आणि अंत:करणात जागा उरलेली

नाही. क्षमा कर देवयानी, त्या संन्याशाच्या सांत्वनात गुंतल्यामुळे मला इकडे यायला उशीर झाला.

देवयानी : म्हणजे देवयानीपेक्षा य:कश्चित संन्याशाचं कौतुक आपल्याला अधिक वाटतं?

कच : तो आजारी आहे. देवयानी आजारी असल्याची वार्ता मला कोणी सांगितली नाही!

देवयानी : हो– बरोबर. आपण परोपकाराचं व्रत घेतलेले संत आहात. माणसं आजारी पडल्याशिवाय किंवा मरायला लागल्याशिवाय आपण भेटणार नाही त्यांना. इथं बोलावल्याबद्दल आपणच क्षमा करायला हवी मला. कारण मी आजारी नाही अथवा मरायलाही टेकलेले नाही. अगदी सहज बोलावलं आपल्याला.

कच : अतिशय आनंदाची वार्ता आहे ही! हा पेशा स्वीकारल्यापासून मनानं अथवा शरीरानं निकोप असलेल्या माणसांची भेट होणं फार दुर्मीळ होऊन बसलं आहे! – देवयानी, तुला एक विचारू का?

देवयानी : विचारा की!

कच : तू सुखात आहेस ना?

देवयानी : कशाकरता विचारता हे? दुसरं काही बोलायला सुचत नाही म्हणून? माझ्या सुखाचा आपल्याशी कुठे संबंध येतो का?

कच : होय, येतो. तु सुखात आहेस असं समजलं तर मला फार समाधान वाटेल.

देवयानी : नवलच म्हणायचं! दीनदुबळ्यांचं भलं करण्याची आपण प्रतिज्ञा केली आहे. देवदानवांतील युद्ध थांबविण्याचा आपण संकल्प सोडला आहे. आपण आकाशाच्या आसनावर बसला आहात आणि धरतीच्या चौरंगावर पाय टेकून सर्व विश्वाच्या कल्याणाची चिंता करीत आहात. या विराट उद्योगात देवयानीच्या सुखदु:खाची आपल्याला काही काळजी असेल हे खरं वाटत नाही.

कच : जे आहे असं मी मानतो त्याबद्दल ही शंका कशाला? माझा प्रश्न फार साधा आहे, देवी.

देवयानी : त्या प्रश्नाचं खरं उत्तर ऐकायची तुमची तयारी आहे?

कच : हो, आहे. तू सुखात नाहीस हे उत्तर ऐकायलाही मी तयार आहे.

देवयानी : नव्हे, तेच उत्तर तुम्हाला हवं आहे. तुमच्यासारख्या सत्पुरुषांना वाटतं, ज्या स्त्रीला आपल्या करग्रहणाचं भाग्य लाभलेलं नाही ती जन्मभर काळोखात तोंड खुपसून रडत किंवा तडफडत बसलेली असेल. जवळच्या माणसांची मनं पायांत चिणल्याशिवाय तुम्हाला आपल्या मोठेपणाचे महाल बांधता येत नाहीत. पण सारीच माणसं चिणून घ्यायला तयार होत नाहीत. विश्वकल्याणाचं कंकण

हातात बांधणाऱ्या आर्यश्रेष्ठा, ऐका माझं उत्तर– मी सुखात आहे. अगदी सुखात आहे. संसारातील सारी ऐश्वर्यं माझ्या मस्तकावर चवऱ्या वारीत माझ्या सभोवार उभी आहेत.

कच : मी ऐश्वर्याचं विचारीत नाही, फक्त सुखाचं.

देवयानी : सुख आणि ऐश्वर्य यांत अंतर आहे असं मी मानीत नाही. भिक्षेच्या फुटक्या भांड्यातही सुखाचा शोध घेता येतो हे आपल्यासारख्या साधुसंतांचं मत संसारी जगानं अद्याप स्वीकारलेलं नाही. होय, साधुमहाराज, मी सुखात आहे. आपल्याला हवं असलेलं उत्तर मला देता येत नाही याचं वाईट वाटतं.

कच : देवयानी, मी प्रतिष्ठानला आलो तेव्हा तू सुखात आहेस असंच मी समजत होतो. पण इथं आल्यावर ययाती महाराजांच्या संबंधात काही गोष्टी ऐकल्या आणि आज सकाळी संन्याशानं अतिप्रसंग केला तेव्हाचं तुझं बोलणंही ऐकलं. म्हणून माझ्या मनात शंका आली, अजूनही येते–

देवयानी : महाराज माझे आहेत आणि वेळप्रसंगी त्यांना हवं ते बोलण्याचा मला अधिकार आहे. ते व्यसनांच्या आहारी गेले तरी माझा पत्नीचा–पट्टराणीचा अधिकार त्यांनी कधीही अमान्य केलेला नाही.

कच : पट्टराणीसंबंधी मला नक्की माहीत नाही, पण पत्नीचा अधिकार प्रेमातून निर्माण होतो अशी माझी कल्पना आहे.

देवयानी : ज्याला संसार म्हणजे कोणती वस्तू आहे हे ठाऊक नाही अशा संन्याशाची कल्पना आहे ही. पण या विषयावरती आपल्याशी चर्चा करण्याची माझी इच्छा नाही. एवढंच ध्यानात ठेवा की मी पूर्णत: सुखात आहे.

कच : तू सुखात आहेस तर इतकी रागावतेस कशासाठी? काही माणसांची जीभ आस मोडलेल्या रथासारखी तिरपी चालत असते. पण अशा माणसांत तुझी जमा नाही हे मला माहीत आहे. देवी, माझ्यावरचा तुझा राग अजूनही गेला नाही?

देवयानी : तुमचा राग धरणारी देवयानी कधीच मेली, कचदेव माझ्याकडे मागे वळून न पाहता, ज्या दिवशी तुम्ही आश्रमातून निघून गेलात त्याच दिवशी. आता तुमच्यासमोर उभी आहे ती प्रतिष्ठानची सम्राज्ञी. माझ्या या नवीन रूपाचं विस्मरण होऊ देऊ नका.

कच : विस्मरण तुलाच होत आहे असं मला वाटतं. एरवी तू अशी संतापली नसतीस.

देवयानी : बृहस्पतीचे पुत्र आहात, पण स्त्रीस्वभावाची धुळाक्षरंही आपल्याला उमजलेली नाहीत. पूर्वीचं प्रेम आठवल्यामुळे मी रागावते असं वाटतं तुम्हाला? नाही, मला राग येतो तो तुमच्या ढोंगीपणाचा. ढोंगी– निव्वळ ढोंगी!

कच : कसलं ढोंग केलं मी?

देवयानी : देवयानीचं दु:ख पाहायला तुम्ही मोठ्या हौसेनं आलात आणि चौकशी करता आहात संभावितपणानं तिच्या सुखाची. माझ्या सुखदु:खाची एवढी आपल्याला काळजी होती ना? मग इथं आल्यावर एका शब्दानंही माझी विचारपूस केली नाहीत ती? आज दुपारी यज्ञमंडपात बोललात तेही फक्त शर्मिष्ठेसंबंधी. मी निर्लज्ज होऊन तुम्हाला इथं बोलावलं तेव्हा माझ्या सुखाची तुम्हाला आठवण झाली. म्हणूनच म्हणते, सारा ढोंगीपणा.

कच : तुझ्या राजधानीतल्या लोकांनी आणि यज्ञाला आलेल्या यात्रिकांनी माझी वाट अडवली नसती तर यापूर्वी, आपण होऊन मी तुझ्या भेटीला आलो असतो. माझ्या कीर्तीनं माझं खासगी जीवन कातरून टाकलं आहे. त्याला मी तरी काय करू?

देवयानी : मी म्हणते ते हेच. भगवी वस्त्रं परिधान करून, आपण परमेश्वराचं काम जगात करीत आहोत असा आविर्भाव तुम्ही करता. पण खरोखर, तुमच्यासारख्यांना हवा असतो स्वत:चा जयजयकार-मूर्खांनी आणि भ्रष्टांनी केलेला. कान जयघोषासाठी चटावलेले, गळे पुष्पमाळांसाठी हपापलेले आणि शब्द मूर्खांच्या समुदायांवर सत्ता गाजविण्यासाठी अधासलेले! कचदेव, तुमच्या मोठेपणाची किंमत मला कवडीइतकीही वाटत नाही. कृपा करून त्या मोठेपणाची मिरवणूक माझ्यासमोर काढू नका!

कच : देवयानी माझी मोठी पंचाईत करते आहेस तू. मी मोठा आहे म्हणून सांगितलं तर तू म्हणणार— हा पाहा तुमचा गर्व, आणि मी मोठा नाही पण लोक माझ्यावर मोठेपणाचा वृथा आरोप करतात, असं सांगितलं, तर तू म्हणशील – पाहा तुमची ढोंगी नम्रता! देवी, स्वत:ला पटलेल्या आणि आवडलेल्या मार्गानं वाटचाल करणारा मी एक साधा संन्यासी आहे. अगदी सामान्य. रस्त्यावरच्या मातीत राहणारा, त्या मातीतून सतत चालणारा, त्या मातीतच आपल्या जीवनाचं श्रेय शोधणारा. पण माझ्यासारखे मातीचे पुत्र सामान्य असले तरी दुबळे असत नाहीत. या मातीनं मला अशी नम्रता दिली आहे की कोणाचेही पाय धरताना मला लाज वाटत नाही, आणि याच मातीनं मला इतकं सामर्थ्य दिलं आहे की, पृथ्वीतलावरील कोणत्याही सत्तेचा अथवा संपत्तीचा अधिकार कःपदार्थ मानताना मला भय वाटत नाही. मला कोणी मोठं मानलं तरी त्याचा संकोच नाही, कोणी क्षुद्र लेखलं तरी त्याचा विषाद नाही. गळ्यात पडणारे हार आणि छातीवर पडणारे धोंडे मी सारख्याच निर्लेप मनानं स्वीकारीत आलो आहे.

मी मानापमाना

नच मानतो ।

ना मना तो मोह आता ।।
गौरव निंदा समान त्याला
ज्यास सदाशिव त्राता ।।

आणि देवयानी, साधुसंतांना लाभणारी ही स्थितप्रज्ञता नाही; एका नादिष्ट छंदीफंदी माणसाचा हा नुसता निःसंगपणा आहे म्हणून वेड्यावाकड्या शब्दांचे तू कितीही प्रहार केलेस तरी ते माझ्या मनापर्यंत जाऊन पोचणार नाहीत याची खात्री असू दे. तुझ्याकडे मी या अगोदर आलो नाही हे माझं चुकलं हे मला मान्य आहे. पण या घटकेपूर्वी तू तरी देवयानी म्हणून माझ्याशी बोललीस का? आपल्या अधिकाराचा आणि वैभवाचा डौल दाखविण्यातच तू आतापर्यंत गुंगून गेली होतीस. त्याचा माझ्या मनावर परिणाम होत नाही म्हणून तू अस्वस्थ झाली आहेस? की – स्पष्टपणानंच विचारतो–आयुष्यातील एक सुवर्णसंधी–तुझ्याशी लग्न करण्याची–मी चुकवली याबद्दल मला अजूनही पश्चात्ताप होत नाही–म्हणून तू क्षुब्ध झाली आहेस?

देवयानी : तुम्हाला काय वाटतं, याची आज मला काडीइतकीही तमा वाटत नाही. जे घडलं नाही त्याबद्दल मला दुःख वाटत नाही, एवढंच मी जाणते. धर्मशाळा हाच ज्याचा राजवाडा आणि भिक्षेची झोळी हेच ज्याचे राज्य, अशा बैराग्याची बायको होण्यासाठी मी जन्माला आले नाही. जे झालं तेच फार चांगलं झालं!

कच : हे ऐकून मला खरोखरच अत्यंत समाधान वाटतं. तुझं उत्तर, हत्यारं परजीत आणि लढाईचे पवित्रे घेत आलेलं असलं तरी–मला हवं असलेलं उत्तर आहे ते. संसाराच्या राहुटीबाहेर आपला बिछाना ठेवणारा मी निःसंग आहे हे खरं. पण अशा निःसंगाला काही मायेच्या जागा ठेवाव्या लागतात. आमच्यासारख्यांच्या आयुष्यामध्ये दुःखाचे क्षण थोडे आणि आनंदाचे त्याहून थोडे. तू सुखात आहेस हे पाहून मला खरोखर नितांत समाधान वाटलं. सूर्यास्त झाला. मला जायला हवं आता. हे नगर सोडण्यापूर्वी पुन्हा एकदा भेटेन तुला. जातो मी. एकच सांगावंसं वाटतं तुला

प्रेम वरदान ।
स्मर सदा ।
असे भवा हाचि भगवान ।।
स्नेह सुगंधित करि संसारा
दाहि गरल वैर अभिमान ।।

[जाऊ लागतो.]

देवयानी : थांबा– कचदेव, थांबा–

कच : का?

देवयानी : (आवेगाने जवळ जाऊन कचाचे दोन्ही हात धरते आणि आपल्या कपाळाला लावते.) मी तुम्हाला फार फार टाकून बोलले– का बोलले कुणास ठाऊक– पण मला क्षमा करा कचदेव–

कच : (तिच्या पाठीवर हात ठेवीत) देवयानी –

[ययाती आणि विदूषक दुसऱ्या बाजूने हासत प्रवेश करतात. ययाती मद्याच्या नशेत आहे हे त्याच्या चालण्यावरून व बोलण्यावरून स्पष्ट दिसते. विदूषक त्याला सांभाळण्याचा प्रयत्न करीत आहे. हे दोघे येताच, देवयानी क्षणभर भांबावते आणि चटकन कचापासून दूर होते.]

ययाती : (हसणे थांबवून) विदूषका, हे कोण प्राणी इथं दिसत आहेत?

विदूषक : महाराज, जपून बोला. हे प्राणी नाहीत. आपल्या परिचयाची दोन थोर माणसं आहेत ही!

ययाती : म्हणजे प्राणीच! अरे माणसं थोर असोत की लहान असोत, श्रीमंत, गरीब, सद्गुणी, दुर्गुणी, कशीही असोत, ती शेवटी प्राणीच. शेवटीच काय, सुरुवातीलाही प्राणी आणि मध्येही प्राणीच!

विदूषक : होय महाराज, तसं पाहिलं तर आपण सर्व जण प्राणीच आहोत. पण हे दोन प्राणी फार मोठे आणि आपल्या जवळचे आहेत, त्यांना प्राणी म्हणू नये. एखाद्या दगडावर आपण पाय ठेवतो आणि त्याला पायरी म्हणतो; एखाद्या दगडावर आपण डोकं ठेवतो आणि त्याला देव म्हणतो. तद्वत प्राणिमात्रांमध्येही भेद असतात. मद्याच्या नशेतही ते आपण ओळखायला हवे, असं माझं नम्र मत आहे.

देवयानी : महाराज मद्य प्यायले आहेत?

विदूषक : अर्थात! मद्य न पिताही महाराज असं बोलतात असं वाटतं की काय आपल्याला?

देवयानी : महाराज, यज्ञासाठी आलेला शेवटचा पाहुणा जाईपर्यंत मी मद्याला स्पर्श करणार नाही असं वचन आपण दिलं होतं. हे वचन आपण मोडलं आहे.

ययाती : कोणाला वचन दिलं होतं मी?

देवयानी : मला! प्रतिष्ठानच्या सम्राज्ञीला, शुक्राचार्यांच्या कन्येला–देवयानीला!

ययाती : शुक्राचार्यांची कन्या–प्रतिष्ठानची सम्राज्ञी– पण माझी मात्र कोणीच नाही! विदूषका, प्रतिष्ठानची सम्राज्ञी म्हणजे माझी कोण? मी प्रतिष्ठानचा सम्राट आहे. पण प्रतिष्ठानची सम्राज्ञी ही मात्र माझी बायको नाही. विदूषका, अरे, माणसांच्या व्यवहारामध्ये काहीतरी गोंधळ उडालेला आहे!

विदूषक : नाही महाराज – गोंधळ आपल्या डोक्यातच उडाला आहे. आणि अखेरत:

माणसाचं जग हे माणसाच्या डोक्याएवढंच असतं. म्हणून डोक्यातला गोंधळ तुम्हाला जगात दिसावा यात आश्चर्य नाही. महाराज, जरा जागे व्हा– या आपल्या पट्टराणी भगवती देवयानी.

ययाती : ही देवयानी? मग तिची चोच कुठे आहे?

विदूषक : चोच? माणसांना चोच नसते महाराज.

ययाती : अरे वेड्या, देवयानी ही एक घार आहे घार! एका उंच झाडाच्या टोकावर बसलेली. ज्याला पानं नाहीत, फुलं नाहीत, नुसत्या हाडासारख्या फांद्या आहेत, अशा भेसूर झाडावर बसलेली. आपली बाकदार चोच पंखावर घासत, तांबड्यालाल भीतिदायक डोळ्यांनी, ती घार सारखी माझ्याकडे पाहत असते. सारखी.

विदूषक : महाराज, आपण इथून चलावं हे बरं. तरी मी सांगत होतो की बाहेर पडण्यापूर्वी एक फुलपात्रभर थंड पाणी डोक्यावर ओतून घ्या म्हणून. आपण भगवतींना घार म्हणालात, थोड्या वेळानं मला पोपट किंवा कावळा म्हणायला लागाल.

ययाती : तू कावळाच आहेस! पण मूर्खा, ही देवयानी आहे. तू म्हणतोस तशी ही घार नाही. हा–हा गोसावी कोण?

विदूषक : हा गोसावी नाही महाराज. त्रिभुवनाला वंद्य असलेले हे आपले अतिथी, आपले मित्र कचदेव आहेत.

ययाती : हा कचदेव– माझा मित्र– माझा पाहुणा! आणि ही देवयानी–माझी पत्नी! मग माझ्या पत्नीनं माझ्या पाहुण्याचा हात कशासाठी धरला होता? आणि पाहुण्यानं तिच्या पाठीवर हात कशासाठी ठेवला होता? विदूषका, माझ्या प्रश्नाचं उत्तर दे! अरे, मी म्हणतो तेच खरं आहे. माणसांच्या व्यवहारात काहीतरी गोंधळ उडालेला आहे.

कच : ययाती महाराज, तुम्ही मला खरंच का ओळखत नाही?

ययाती : कचदेव, आपल्याला कोण ओळखणार नाही? सारं जग तुम्हाला ओळखतं. आम्हाला फक्त आमचे हुजरे ओळखतात, पण तुम्हाला आमचे हुजरे तर ओळखतातच पण आम्हीही ओळखतो. राजवाड्यांतले राजे तुम्हाला ओळखतात आणि रस्त्यावरचे महारोगीही तुम्हाला ओळखतात. तुम्हाला ओळखत नाही तो करंटा! पण कचदेवा, आमच्या या पट्टराणीबरोबर तुमची काय गडबड चालली होती?

विदूषक : महाराजांना बडबड म्हणायचं आहे. मद्यामुळे शब्दांची थोडी गडबड झाली. आपण मनावर घेऊ नये.

ययाती : तू मध्ये बडबड करू नकोस! मला गडबडच म्हणायचं आहे. मला कळतं आहे. मद्य घेतलं असलं तरी शब्दांतील भेद मला समजतो. मी करतो आहे ती बडबड-या दोघांनी केली ती गडबड! सांगा कचदेवा, काय चाललं होतं तुमच्या दोघांचं?

देवयानी : मद्यप्राशन करून स्वतःचं जनावर करून घेणाऱ्या माणसाला असले प्रश्न विचारण्याचा अधिकार नाही!

कच : ययाती महाराज—

ययाती : थांबा! मद्य घेतल्यामुळे माणसाचं जनावर होतं, की न घेतल्यामुळे होतं, याचा प्रथम निर्णय व्हायला हवा. देवयानी, तू माझी पत्नी आहेस, शुक्राचार्यांची मुलगी आहेस, प्रतिष्ठानची राणी आहेस इत्यादी इत्यादी सर्व खरं आहे. पण माझी पत्नी आहेस हेही नक्की आहे. आणि कचदेव, तुम्ही माझे पाहुणे आहात, यज्ञासाठी आलेले ऋत्विज आहात. तुम्ही दोघांनी मद्य घेतलं आहे? नाही! म्हणजे मी मानतो की घेतलेलं नाही. आता असं पाहा, माझी पत्नी माझ्या पाहुण्याच्या हातात हात घालून, त्याचा हात आपल्या पाठीवर घेऊन-

देवयानी : साफ खोटं आहे! मदिरेच्या भ्रमात तुमच्या लंपट आणि मत्सरी मनाला होणारे भास आहेत हे. विदूषका, त्यांना राजमंदिराकडे घेऊन जा!

कच : थांबा- ययाती महाराज, मी सांगतो, तुम्ही म्हणता ते खरं आहे.

देवयानी : कचदेव!

ययाती : धन्यवाद! मद्य न घेताही माणसं खरं बोलू शकतात हे पाहून मला फार आनंद वाटतो. आता मला सांगा, अधिकार नसताना प्रणयाच्या लीला करणारी तुम्ही दोघं जनावरं- की तुमच्या या लीला शांत चित्तानं पाहणारा आणि तुमच्या छातीत कट्यावर खुपसण्यापासून स्वतःला परावृत्त करणारा मी जनावर?

देवयानी : मी पुन्हा सांगते. तुम्ही म्हणता ते साफ खोटं आहे. मदिरेनं भ्रष्ट झालेल्या तुमच्या मनाला नाही त्या ठिकाणी भ्रष्टाचार दिसू लागले आहेत. पापी मनुष्य आपल्या पापातून जगाकडे पाहत असतो. पाप आमच्या स्पर्शांत नव्हतं, शरीरभोगानं आणि मद्यानं कुजलेल्या तुमच्या मनात आहे ते.

ययाती : अस्सं! म्हणजे तुझ्या पाठीवर हात ठेवून हा गोसावी काही आध्यात्मिक खटपट करीत होता वाटतं? आणि तू त्या गोसाव्याचा-आपलं कचदेवांचा- हात हातात घेतलास तो काय ऐहिकाच्या अंधारातून बाहेर जाण्यासाठी? आणि तुमची मनं जर गंगेसारखी निर्मळ होती तर मी आल्यावर असे दचकलात का? एकमेकांचे हात हातात घेऊन का नाही धीटपणानं माझ्यासमोर उभे राहिलात? लाज, भीती, संकोच ही सारी पुण्याला असतात की पापाला? सदाचाराला की दुराचाराला?

विशुद्ध प्रेमाला की व्यभिचाराला? विदूषका, तू पोपट आहेस ना? मग बोल! त्रिभुवनाला वंद्य असलेल्या महामुने, आपण सचिंत उभे आहात– उत्तर सुचत नाही म्हणून?

कच : तुमच्या सर्व प्रश्नांची उत्तरं महाराज, ती तुम्हाला समजतील तेव्हा मी अवश्य देईन. लौकिक रीतिभातीच्या दाबामुळे पुण्य आणि सदाचार हीही कित्येकदा भांबावून जातात. पण– महाराज, मी सचिंत झालो आहे तो तुमची ही अवस्था पाहून.

ययाती : माझ्या अवस्थेला काय झालं आहे? (घंटेचा आवाज दुरून ऐकू येतो.) पुन्हा घंटा वाजू लागल्या—

[रक्षक प्रवेश करतो.]

रक्षक : आचार्य, क्षमा करा मला. साऱ्या अशोकवनात आपला शोध घेण्याचा आम्ही प्रयत्न करीत होतो–

कच : का?

रक्षक : यती महाराज पुन्हा उन्मत्त झाले आहेत. रक्षकांची बंदी तोडून त्यांनी पुन्हा सकाळसारखे प्रकार केले. आता त्यांना पकडण्यात आलं आहे. ते आता ओक्साबोक्सी रडत असून आपली भेट व्हायला हवी असं म्हणत आहेत. आपण जर ताबडतोब आलात तर—

कच : मी येतो, तू जा आणि निरोप दे! [रक्षक जातो.] विदूषका, विनोदाच्या साहाय्यानं तू आणि निःसंगपणाच्या साहाय्यानं मी – मला वाटतं, आपण दोघंच या प्रक्षुब्ध जगात थोडेसे शुद्धीवर आहोत. तू महाराजांच्याबरोबर राहा आणि त्यांना सांभाळून मंदिराकडे घेऊन जा.

ययाती : मला काहीही झालेलं नाही. कोणीही मला सांभाळण्याची जरुरी नाही. आणि हा विदूषक मला सांभाळणार? ज्याला आपल्या बायकाही सांभाळता आल्या नाहीत, तो? पण कचदेव, मला त्या सिंहासनाची किंमत वाटत नाही. यतीला म्हणावं, तुला घेऊन टाक ते. काल देवयानीच्या शब्दासाठी मी माघार घेतली. आता नाही घेणार. त्याला राज्य द्या. मी त्याच्यासाठी सारं काही सोडून द्यायला तयार आहे.

देवयानी : मी नाही! जे काल झालं नाही ते आजही होणार नाही. कालत्रयी होणार नाही.

कच : देवयानी, यतीला राज्य देण्याची आवश्यकताच नाही. यतीनं फक्त आत्म्याचं अस्तित्व मानलं आणि शरीराचा अधिक्षेप केला. ते शरीर त्याच्यावर आता सूड उगवीत आहे. राज्य देणं हा त्याच्या व्याधीवर उपाय नाही. शरीराचे सर्व व्यवहार

आत्मिक व्यवहाराइतकेच शुद्ध आणि आवश्यक असतात, हे त्याला मनोमन समजायला हवं आहे. आणि ययाती महाराज, क्षमा करा, पण मला वाटतं, तुम्ही दुसऱ्या टोकाला जात आहात. तुम्ही सिंहासन सोडायला तयार झालात, ते कशासाठी? भावाच्या प्रेमासाठी? कर्तव्याच्या जाणिवेनं? तुम्ही उदार आणि कर्तव्यशील आहात हे मी जाणतो. पण तुमच्या या सिद्धतेचं कारण वेगळं आहे. मदिरेच्या कैफात आणि स्त्रियांच्या सहवासात आपल्या आयुष्याचं साफल्य तुम्ही शोधू लागला आहात. म्हणून सिंहासन, राज्य, सत्ता, या गोष्टी तुमच्या लेखी कवडीमोल झाल्या आहेत. मदिरेचा पेला आणि मदालसेचा ओठ सतत आपल्या ओठाशी असावा म्हणून बंधमुक्त होण्यासाठी तुमची ही धडपड आहे. हे औदार्य नाही, ही शरीराची पूजा आहे. सिंहासन म्हणजे केवळ उपभोग आहे असं तुम्ही मानता? नाही. तसं तुम्ही मानलं असतं तर दशदिशांत तुमची कीर्ती पसरलीच नसती. सिंहासनाचं रूपांतर कामांधांच्या पलंगात करणारे राजे काही कमी नसतात. तुम्ही वेगळे होता. पण आता मात्र तुम्ही शरीर हाच परधर्म आहे असं मानून आत्म्याची हत्या करू लागला आहात. मद्य आणि मंचक ही आक्षेपार्ह नाहीत. आक्षेपार्ह आहे तो आत्म्याचा वध करणारा त्यांचा अमानुष अतिरेक. शरीर मारणं जितकं विघातक, तितकंच आत्मा मारणंही. पहिल्याचे दुष्परिणाम यतीच्या बाबतीत पराकोटीला गेले आहेत. दुसऱ्याचे दुष्परिणाम तुमच्या जीवनात आताच प्रगट होऊ लागले आहेत. हीच वेळ आहे स्वत:ला सांभाळण्याची. ययाती महाराज, यतीच्या रक्षणाची जबाबदारी मी माझ्या शिरावर घेतली आहे. आणि ती मी पार पाडीन. तुम्हाला उपदेश करण्याचा अधिकार मला नाही. केवळ मित्र म्हणून तुम्हाला सांगतो – सावध व्हा. तुमच्यासाठीही अशा घंटा वाजू नयेत अशी मन:पूर्वक इच्छा आहे माझी. मी जातो.

देवयानी : कचदेव, क्षणभर थांबा!

कच : नाही, देवयानी, यती मला हाक मारतो आहे. मला त्याच्याकडे जायला हवं.

[कच जातो.]

ययाती : विदूषका, गोसावी काय म्हणाला?

विदूषक : गोसावी नव्हे, कचदेव.

ययाती : चुकलो– कचदेव! वाळत घातलेल्या एकेरी लुगड्यासारखं काही तरी लांबलचक बोलला तो. काय म्हणायचं होतं त्याला?

विदूषक : आपला आत्मा जागृत करा असं सांगितलं त्यांनी.

ययाती : माझ्या बायकोशी प्रेमचेष्टा करताना त्या गोसाव्याचा आत्मा जागृत होता

का? दुसऱ्याचे आत्मे जागृत करू नको म्हणावं, आधी स्वतःचा कर. माझ्या
पट्टराणींच्या पाठीवर–

देवयानी : पुन्हा ते शब्द उच्चाराल तर– महाराज– याद राखा. पट्टराणीचा अधिकार
चालवून तुम्हालाही शासन केल्याशिवाय मी राहायची नाही.

ययाती : तुमच्या दोघांचं आश्रमात काही तरी झालं होतं असं मी ऐकलं आहे. पण
त्या गोसाव्यानं– आपलं कचदेवांनी– सांगितलं की देवयानी माझी धाकटी बहीण
आहे. बहीणभावांनी मिठ्या मारायला माझी मुळीच हरकत नाही. खरं म्हणजे जगात
कोणीही कोणाला मिठ्या मारल्या तरी मी हरकत घेणार नाही. कोणी कोणाची
फसवणूक करू नये एवढाच माझा आग्रह आहे.

देवयानी : मद्यामुळे ज्याच्या अकलेचा उकिरडा झाला आहे अशा माणसाला या
गोष्टी समजायच्या नाहीत. महाराज, तुम्ही काय वाटेल ते माना. मला त्याची
काडीमात्र किंमत नाही. जाताना एकच बजावून सांगते– जरा सावध होऊन ऐका,
आज मद्याच्या नशेत का होईना, पण तुम्ही माझा अपमान करायला सुरुवात केली
आहे. कदाचित माझ्या अधिकाराचं पर्व संपविण्याची ही प्रस्तावना असेल. पण
लक्षात असू द्या– मी पहिल्यांदा शुक्राचार्यांची मुलगी आहे, आणि नंतर इतर सर्व
काही. कुलाचा डौल म्हणून नव्हे, तर माझ्या सामर्थ्याची आपल्याला योग्य ती
जाणीव व्हावी म्हणून मी हे सांगते आहे. मी सहन करीन. कोणतीही स्त्री सहन
करील त्यापेक्षाही मी अधिक सहन करीन. पण त्यालाही एक अखेरची रेषा आहे.
ही रेषा ओलांडायला जर आपण कधी काळी मला भाग पाडलंत– तर ध्यानात
ठेवा– त्रैलोक्यातील कोणतीही शक्ती आपलं रक्षण करू शकणार नाही. बाबांनी
आपल्या तपोधनाचा काही अंश मला कन्याधन म्हणून दिला आहे. आयुष्यात
एकदाच–एक क्षण – मी त्याचा उपयोग करू शकेन – मला हवा तो वर देऊन,
अथवा हवा तो शाप देऊन. ऐका महाराज, हवा तो शाप देऊन!

[देवयानी जाते. क्षणभर तिच्या शब्दांचे प्रतिध्वनी ययातीच्या कानावर पडतात.
प्रकाश थरथरतो. ययाती अकस्मात जाग आल्याप्रमाणे भानावर येतो.]

ययाती : म्हणजे ही घार नाही. ही नागीण आहे. दातात कालकुटाचं विष ठेवून बेसावध
जगात वावरणारी भयानक नागीण आहे!

विदूषक : महाराज, आपण जरा–

ययाती : अरे, कोणत्या क्षणाला ती उद्दाम नागीण दातातील विषाचा चुळका बाहेर
टाकील आणि माझा सर्वनाश करील याचा आता नेम नाही.

विदूषक : महाराज, आपण मंदिराकडे परत जावं असं मला वाटतं.

ययाती : माझा मद्याचा कैफ आता उतरला आहे. नुसता मद्याचाच नाही–

शरीरभोगाच्या ज्या कैफात मी गेले कित्येक दिवस स्वत:ला बुडवून घेतलं होतं, तोही आता उतरला आहे.

विदूषक : म्हणजे आपला आत्मा आता जागा होऊ लागला आहे.

ययाती : होय, आत्मा जागा झाला आहे. देवयानीनं माझ्या शिरावर मृत्यूची अबदागीर उभी केली म्हणूनही असेल कदाचित. पण मी आता जागा झालो आहे. साऱ्या गोष्टी माझ्या डोळ्यांपुढे उलगडत आहेत. जे करायला हवं ते मी आता करणार आहे. विदूषका, तू माझा मित्र ना?

विदूषक : होय महाराज.

ययाती : मग आताच्या आता राजपुरोहिताकडे जा आणि त्यांना सांग– आज मध्यरात्र उलटण्यापूर्वी सापडेल तो मुहूर्त शोधून काढा आणि कुलदेवतेच्या मंदिरात लग्न लावायची सर्व सिद्धता ठेवा.

विदूषक : महाराज, आपली नशा खरोखरच उतरली आहे ना?

ययाती : देवयानीचं भयानक रूप दिसलं त्या क्षणीच उतरली.

विदूषक : मग लग्न कोणाचं लावायचं याचा खुलासा झाला तर बरं होईल. कारण मला लग्न करायचं नाही, तुमचं झालेलं आहे, आणि स्वत: राजपुरोहित वृद्धापकाळामुळे अशा गोष्टींच्या पलीकडे गेले आहेत.

ययाती : माझं लग्न झालं आहे. पण ते अशा स्त्रीशी की जी अगोदरच विवाहित होती.

विदूषक : महाराज, मला अजूनही वाटतं की आपण एक फुलपात्रभर थंड पाणी–

ययाती : देवयानी खरोखरच विवाहित होती. कचदेवाशी. शरीरानं नाही तरी मनानं. तिनं कचदेवाचा हातात हात घेतला होता तेव्हा– मी पाहिलं– सर्वांवर निखाऱ्यांचा वर्षाव करणाऱ्या तिच्या दृष्टीतून चांदण्याच्या धारा वाहत होत्या! आपल्या जखमी मनाचं सांत्वन करण्यासाठी तिनं माझ्या सिंहासनाशी लग्न केलं आणि आता माझ्या मानेवर सर्वनाशाचं खड्ग ठेवून सिंहासनावरील आपला अधिकार कायम राखण्याचा तिनं निर्धार केला आहे. पण मृत्यूच्या समोर मीही आता जागृत आणि निर्भय झालो आहे. मी शर्मिष्ठेशी विवाह करीन– आजच्या आज विवाह करीन आणि तिला माझी पट्टराणी करून सर्वनाशाला सुखानं सामोरा जाईन.

विदूषक : दासीला पट्टराणी करणार?

ययाती : माझ्यावर श्रद्धेनं प्रेम करणाऱ्या राजकन्येला

[दोघे जातात.]

[पडदा]

अंक तिसरा

[देवयानीचा महाल – नृत्यमंदिर.
एका बाजूस नटेश्वर शिवाची मूर्ती उंच पीठावरती ठेवलेली आहे. समोरच्या बाजूला कोपऱ्यात एक मोठा आरसा आणि आरशाजवळ एक छोटा मंचक. अलीकडील बाजूला बसण्यासाठी काही आसने.
पडदा उघडतो तेव्हा देवयानी नटेश्वरासमोर हात जोडून उभी आहे. आसनावर ययाती व शर्मिष्ठा बसलेल्या आहेत. विदूषक मागे उभा आहे. देवयानी प्रार्थना संपविते आणि खाली वाकून पायातील चाळ नीट बांधते. नंतर मागे वळते.]

देवयानी : आज किती तरी दिवसांनी मी हे नृत्याचे चाळ पायांत बांधते आहे. चाळ बांधल्यावर प्रथम महेश्वराचं स्तवन करायचं, असा माझा रिवाज आहे. माझ्या निरोपानुसार आपण दोघं आलात, अतिशय समाधान वाटलं. प्रार्थना होईपर्यंत थांबावं लागलं याची क्षमा करावी उभयतांनी.

ययाती : देवयानी, ही उपचाराची भाषा कशासाठी?

देवयानी : तुमचं आणि माझं नातं आज निश्चित करायचं आहे. जे कालपर्यंत होतं ते आज नाही; आणि उद्या कोणतं ते अद्याप ठरायचं आहे. आपण दोघं जवळ असूनही दूर होतो. आणि आज तर आपल्यामध्ये इतकं अंतर पडलं आहे की एकमेकांचे चेहरे आणि स्वरही आपल्याला अपरिचित वाटू लागले आहेत. म्हणून ही उपचाराची भाषा. मी म्हणते ते खरं आहे ना?

ययाती : (उठतो.) आपण दोघं परस्परांपासून फार दूर गेलो आहोत हे खरं आहे.

देवयानी : माझ्या प्रश्नांचा आशय वेगळा आहे. आपल्या दोघांत किती अंतर पडलं आहे याची मला जाणीव आहे. दोष तुमचा असेल, कदाचित माझा असेल. संसारपटावरील सोंगट्या हव्या तशा हलवून स्वतःचं रंजन करून घेणाऱ्या नशिबाचाही कदाचित असेल. पण आपण आज अनोळखी झालो आहोत हे

खरं. परंतु माझा प्रश्न तो नाही. तुम्ही आणि शर्मिष्ठा आज किती जवळ आला आहात हा माझा प्रश्न आहे. आणि या प्रश्नाचं असंदिग्ध उत्तर आपल्याकडून मिळावं अशी माझी अपेक्षा आहे.

ययाती : स्त्री आणि पुरुष, मनानं आणि शरीरानं जितकी जवळ येऊ शकतात, तितके जवळ आम्ही आलो आहोत. हे सांगताना मला कोणताही संकोच वाटत नाही. आणि कोणाचीही भीती वाटत नाही.

देवयानी : होय. ती वार्ता माझ्या कानांवर आली आणि म्हणून मी आपल्याला आज येथे बोलावलं आहे. आपण शर्मिष्ठेशी विवाहबद्ध झाला आहात?

ययाती : होय, झालो आहे. कुलदेवतेच्या मंदिरात आणि हृदयातील परमेश्वराच्या साक्षीनं.

देवयानी : जिच्याशी आपण विवाह केला, तिने आजन्म माझ्या दासीपणाचा स्वीकार केला आहे, हे आपल्याला माहीत आहे ना?

ययाती : दास्य हे दासांच्या मनानं निर्माण केलेलं असतं. ज्या क्षणी मी दासी नाही असं तिला वाटलं, त्याच क्षणी तुझ्या दासीपणातून ती मुक्त झाली.

देवयानी : अस्सं! आणि मला दिलेल्या वचनातून आपण स्वत: कोणत्या क्षणी मुक्त झालात?

ययाती : ज्या क्षणी, तुझं माझ्यावर तिळमात्रही प्रेम नाही आणि ते का नाही, हे माझ्या लक्षात आलं त्या क्षणी. देवी, तुला अवघड आणि अप्रिय वाटेल असं मी काहीही बोलणार नाही. पण तुझं अंत:करण रिकामं नाही, त्याचं दान तू कोणाला तरी दिलेलं आहेस. हे काल संध्याकाळी माझ्या ध्यानात आलं. माझी कल्पना होती की तू असामान्य आदर्शाच्या एका वरिष्ठ जगात राहत आहेस– ज्याच्या सीमारेषेला माझ्यासारख्या दुबळ्या, आसक्त, मातीत सरपटणाऱ्या माणसाला कधीही स्पर्श करता येणार नाही. म्हणूनच तुझी मला भीती वाटत होती. सद्‌गुणांपुढे दुर्गुणांना, प्रखर आत्मिक तेजासमोर शरीराच्या मोहासक्त वासनेला वाटणारी ती भीती आणि लज्जा होती. मी पराक्रमी आहे, सच्छील आहे, जीवनातील शिवाची आणि सौंदर्याची उपासना करणारा आहे– अशा समजुतींच्या रेशमी कोशामध्ये मी राहात होतो. आपल्या मीलनाच्या पहिल्या रात्री तू हा कोश फोडलास आणि मला बाहेर काढलंस. महारोगानं कुजलेल्या माणसानं प्रथमत:च आपलं रूप आरशात पाहावं, त्याप्रमाणे माझ्या कमकुवतपणाचं पहिलं किळसवाणं दर्शन मला तुझ्या सद्‌गुणांत, तुझ्या श्रेष्ठतेत झालं. मी रागावलो तुझ्यावर आणि त्याहीपेक्षा अधिक स्वत:वर. आरशाचा द्वेष केला आणि स्वत:चा तिरस्कार. यातनेच्या या तुरुंगातून बाहेर पडण्यासाठी एकच मार्ग होता. त्या मार्गानं मी वाटचाल करू लागलो. जे

आदर्श असाध्य होते ते मी नाकारलं आणि जे साध्य होतं त्याचेच आदर्श बनविलं. आत्मा नाकारला आणि शरीरासाठी जगू लागलो. तू माझ्यावर स्वामित्वाची मुद्रा मारलीस आणि माझ्याकडे पाठही फिरवलीस. विवाहमंत्राच्या साखळीला बांधलेलं एक जंगली जनावर, एवढीच किंमत तुझ्या जीवनात मला उरली. सुखी होण्याचा एकच मार्ग म्हणून मीही जनावर होण्याचा मन:पूर्वक प्रयत्न केला. तुझ्या चाबकाच्या माऱ्यात आल्यावर मी तुझ्या मनासारखं वागत होतो. पण तेवढंच. त्या परिसरातून दूर झाल्यावर माझ्या पशुत्वाला मर्यादा राहत नव्हती. परंतु मला आढळून आलं की, कितीही प्रयत्न केला तरी माणसाला जनावर होता येत नाही. भयाण, घनांध काळोखातून मी पिसाटासारखा धावत होतो- तुझ्यापासून आणि स्वत:मधील माणसापासून दूर जाण्यासाठी. भुताखेतांच्या किंकाळ्या आणि श्वापदांच्या गर्जना कानांवर पडत होत्या, काट्याकुट्यांवर आणि दगडांवर आदळून शरीर रक्तबंबाळ होत होतं. आणि तरीही मी असाहाय्यपणे धावत होतो. या भयानक अवस्थेमध्ये दिवा हातात घेऊन माझ्यासमोर उभी राहिली ती शर्मिष्ठा. माझ्या दुर्गुणांची तिनं तमा केली नाही, माझ्या उद्धाराची तिनं आशा बाळगली नाही. तिनं फक्त माझ्यावर प्रेम केलं. अगदी वेड्यासारखं.

देवयानी : चकलात, महाराज आपण चकलात. माझ्यासंबंधी आपण जे सांगता ते खरं असेल अथवा नसेलही. पण या दानवकन्येनं आपल्याला धूर्तपणानं चकवलं यात शंका नाही. बायकांची मनं बायकांनाच समजतात. महाराज, एक स्त्री जे कारस्थान करू शकेल ते हजार पुरुषांच्या एकवटलेल्या बुद्धीलाही करता येणार नाही. पुरुषांच्या प्रतिभा त्यांच्या जन्मसिद्ध वासनेनं पांगळ्या झालेल्या असतात. त्यातूनही एखाद्या लंपट पुरुषाशी गाठ पडली तर त्याच्या मनाच्या ओल्या शाडूला हवा तसा आकार देणं हा सुंदर आणि धूर्त स्त्रीच्या हातचा केवळ मळ आहे. म्हणून सांगते, हे नाटक, निव्वळ नाटक!

ययाती : नाटक जर इतकं मनापासून आणि खऱ्यासारखं होत असेल तर त्याचा सत्य म्हणून स्वीकार करायला मला मुळीच संदेह वाटणार नाही. शर्मिष्ठेच्या प्रेमामुळे मला जाग आली. माणसांच्या जगाशी असलेलं माझं नातं जिवंत राहिलं. पण कोणत्याही स्त्रीला जवळ करणारा मी, तिला मात्र जवळ करू शकलो नाही. नुसती पलंगदासी करून मला तिचा अपमान करायचा नव्हता. मी तुझी फसवणूक केली, सोन्याची आवई सांगून तुझ्या पदरात केवळ पितळेचा तुकडा बांधला – अशी माझी भावना होती. शर्मिष्ठेच्या प्रेमाला कोठलंही उत्तर अथवा अधिकारपद देण्याची मला मोकळीक नव्हती. तुझ्या धावत्या रथाच्या चाकाला मी स्वत:ला बांधून घेतलं होतं. अखेरच्या तळापर्यंत असंच रक्ताळ आणि तडफडत जायचं

होतं मला. पण काल सारा भ्रमनिरास झाला. मला कळलं की फसवणूक मी केली नाही, फसवणूक तू केलीस- माझी! नाटक तू केलंस- श्रेष्ठ नीतिमत्तेच! धूर्तपणानं कारस्थान केलंस तू – मला पादाक्रांत करण्याचं! तुझे आदर्श आकाशात असतील, पण तू मात्र माझ्यासारखीच चिखलानं बरबटलेली आहेस. शर्मिष्ठेचा स्वीकार करण्याचाच नव्हे तर, गलिच्छ लक्तराप्रमाणे तुला दूर फेकून देण्याचाही आज मला अधिकार आहे. पण मी तसं करणार नाही. तू व्यथित आहेस आणि एक वेळ मी मनापासून तुझ्यावर प्रेम केलं आहे हे मला विसरता येत नाही. मी फक्त शर्मिष्ठेचा स्वीकार करणार आहे– माझी पत्नी, प्रतिष्ठानची पट्टराणी म्हणून. राणीपदाच्या साऱ्या सन्मानासह तुला राजवाड्यात वा राजधानीत कोठेही मनासारखं राहता येईल. पण आपल्यामधलं नातं संपलं. जे तू केव्हाही मनानं जोडलं नव्हतंस ते मीही माझ्या बाजूनं आज तोडून टाकीत आहे. तू मला शापाची भीती घातली आहेस. पण आज मला तुझ्या क्रोधाची, शापाची अथवा शुक्राचार्यांच्या तपाची काडीमात्र भीती वाटत नाही. मी आज निर्भय झालो आहे.

शर्मिष्ठा : (उठून) महाराज, भगवतींच्या सामर्थ्याची आपल्याला पुरेशी कल्पना नाही. आपण माझ्यासाठी हे साहस करू नये. माझी प्रार्थना ऐकावी आपण.

ययाती : मी हे तुझ्यासाठी करीत नाही. जाग आलेल्या माझ्या आत्म्याची मागणी आहे ही. जगायचं असलं तर माझ्या विवेकाच्या आदेशानुसार जगेन, नाही तर सुखानं मरून जाईन. सांगायचं होतं ते तुला सांगितलं आहे. आम्हाला जायची अनुज्ञा दे.

देवयानी : आणखी थोडा वेळ. मी तुम्हाला सांगितलं होतं, स्त्रीला सहन करता येईल तेवढं मी सहन करीन. आपण दिलेलं शासन मी स्वीकारीत आहे. अपराध असो वा नसो, मी पराभूत झाले आहे. आणि पराभूत होण्याइतका दुसरा कोणताही अपराध मोठा नाही, याची मला जाणीव आहे. शर्मिष्ठेला जागा करून देण्यासाठी मी सिंहासनावरून उठायला तयार आहे.

ययाती : देवी–

देवयानी : कृपा करा. आपल्या सहानुभूतीची अथवा करुणेची मला तिळमात्र आवश्यकता नाही. मी हे रागानं बोलते असं नाही. खरोखरच नाही. कुबेरावर संकट आलं तर त्याचं निवारण भिक्षेकऱ्याच्या झोळीतील मूठभर तांदळानं होत नाही. आपली सहानुभूती मला नको आहे. आणखी एक प्रश्न मी विचारते. त्याचं फक्त उत्तर हवंय मला.

ययाती : कोणता प्रश्न?

देवयानी : मी गर्भवती आहे. बाबांच्या आशीर्वादानं मी पुत्रवती होईन अशी मला

खात्री वाटते. महाराज, माझा पराभव तो माझ्या गर्भात असलेल्या पुत्राचा पराभव होऊ नये. नहूष महाराजांचं स्मरण करून, या शिवाच्या मूर्तीसमोर, आपण मला अभिवचन द्यावं की, युवराजपद माझ्या पुत्राला – फक्त माझ्या पुत्रालाच अर्पण केलं जाईल. पट्टराणीचं पद सोडायला मी तयार आहे. पण माझा मुलगा मात्र प्रतिष्ठानचा सम्राट व्हायला हवा. हे आपण मान्य करणार आहात?

ययाती : नाही! तुझं हे मागणं मान्य करणं म्हणजे शर्मिष्ठेची वंचना करणं होय. तिच्या पट्टराणीपदाला मग काही अर्थच उरणार नाही. तिच्या प्रेमाचा असा अपमान मी कालत्रयी करणार नाही.

शर्मिष्ठा : महाराज, माझी शपथ आहे, आपण भगवतींना त्या मागतात ते वचन द्यावं. त्या वडील आहेत. युवराजपदाचा अधिकार त्यांच्या मुलालाच मिळायला हवा.

ययाती : असं कधीही होणार नाही.

देवयानी : नाही?

ययाती : नाही. त्रिवार नाही!

देवयानी : तथास्तु. हाही पराभव पत्करायला मी तयार आहे. पण आणखी थोडा वेळ. महाराज, आपण एकदा म्हणाला होता, नृत्यातील तुझी कीर्ती मी ऐकली आहे, ते पाहायचं आहे मला. प्रतिष्ठानच्या सम्राज्ञीनं इतरांच्या मनोरंजनासाठी नृत्य करणं श्रेयस्कर नाही असं वाटायचं मला. मी सांगितलं होतं, केव्हातरी आपली इच्छा मी पूर्ण करीन. आज ती वेळ आली आहे. जीवनाच्या एका दालनातून दुसऱ्या दालनात मी प्रवेश करीत आहे. अशा वेळी सदाशिवाची नृत्यपूजा करून याचे आशीर्वाद मस्तकावर घ्यावेत असं ठरवलं होतं मी. पूजेची सर्व सिद्धता झालेली आहे. आपण उभयतांनी थोडा वेळ थांबावं, आणि पूजेनंतर माझ्याबरोबर कैलासनाथाची प्रार्थना करावी अशी नम्र विनंती आहे. शर्मिष्ठा आज सवत झाली असली तरी माझी पूर्वीची मैत्रीण आहे. आपण रागावला असलात तरी माझे पती आहात. ईश्वराच्या पायाशी आपण तिघांनीही एकदा एकभावानं उभं राहावं आणि त्याचा आशीर्वाद घेऊन आपापल्या मार्गानं वाटचाल करावी, अशी इच्छा आहे माझी. महाराज, आपली भेट कदाचित पुन्हा होणारही नाही. देवयानीची एवढी एक विनंती तरी आपण मान्य करावी.

ययाती : मान्य आहे देवी, मान्य आहे. कर तुझ्या पूजेला प्रारंभ.

देवयानी : फार आभारी आहे आपली. आपण उभयतांनी बसावं या आसनावर. (पायांतील चाळ पक्के करीत व स्मित करून) विदूषका, राणीचं नृत्य कधी पाहिलं होतंस का?

विदूषक : नाही भगवती. खरं म्हणजे आजही पाहायची इच्छा नाही. पण आता

गत्यंतर दिसत नाही!

[ययाती–शर्मिष्ठा आसनावर बसतात. विदूषक बाजूला उभा राहतो. देवयानी शिवाला वंदन करून नृत्य करू लागते– तांडव नृत्य– थोड्या वेळानंतर ती शंकराला नृत्यात अभिवादन करते आणि नंतर उन्मादावस्थेत खाली पडून– मूर्तीसमोर–आराधना करते–]

शर्मिष्ठा : (किंचाळून उभी राहत) महाराज –

ययाती : काय झालं देवी?

शर्मिष्ठा : महाराज, हे देवयानीचं नृत्य नाही–साधी शिवपूजा नाही – शाप देण्यासाठी ही मंत्राची उपासना आहे!– महाराज तिला आडवा– उपासना पुरी होऊ देऊ नका –

ययाती : वेडी आहेस तू! देवयानीच्या शब्दावर माझा विश्वास आहे. ती असं काहीही करणार नाही!

शर्मिष्ठा : महाराज! – महाराज! पूजा आटोपत आली– झाली! ही सारी शाप देण्याची तयारी आहे – ती पाहा – फणा काढणाऱ्या नागिणीसारखी ती उठत आहे – तिची चर्या यमासारखी कठोर झाली आहे, – नेत्रांचे निखारे झाले आहेत – विदूषका, – तू जा आणि –

विदूषक : होय भगवती. मला माहीत आहे.

[विदूषक घाईने जातो. शर्मिष्ठेचे बोलणे चालू असता, समाधिस्थ असल्याप्रमाणे काहीही न ऐकणारी, न पाहणारी देवयानी हलके हलके उठते आणि पुतळ्यासारखी क्षणभर निश्चल उभी राहते.]

देवयानी : (संथ स्वराने) भगवान शंकराची यथासांग पूजा करून मी मंत्रोपासना पूर्ण केली आहे. उमामहेश्वराचा वरदहस्त माझ्या मस्तकावर आहे. शुक्राचार्यांचं तपोबल माझ्या अंतःकरणात प्रविष्ट झालं आहे. या क्षणी–राजा, तुझं शरीरच नव्हे तर सारी पृथ्वी मी जाळून भस्म करू शकेन. रुद्राची संहारशक्ती माझ्या मनात, माझ्या शब्दात, या क्षणी वास्तव्य करीत आहे. सांग राजा, तुला पुन्हा एकदा विचारते, देवयानीची मागणी तू मान्य करणार आहेस की नाही?

ययाती : (पुढे येत) नाही.

शर्मिष्ठा : हो म्हणा, महाराज, हो म्हणा– मी तुमच्या पाया पडते. माझ्यासाठी तरी हो म्हणा.

ययाती : नाही, कोणासाठीही मी हो म्हणणार नाही. मृत्यूच्या भयानं तर मुळीच नाही. कालपर्यंत मी शरीराचा दास होतो. शरीर वाचविण्यासाठी कदाचित काल हो म्हटलं असतं. पण आज नाही. आज मला मृत्यूची भीती वाटत नाही.

देवयानी : राजा, मरणानं दु:ख संपतं, ते वाढत नाही. मी तुला दु:खातून मुक्त करणार नाही, तुझं दु:ख मी शतपटींनी वाढवणार आहे. या घटकेला माझ्या या हातामध्ये मृत्यूनं घर केलेलं आहे. पण मी तुला मृत्यू देणार नाही. मी तुला देणार आहे वृद्धत्व. प्रत्येक क्षणाला मरणापेक्षा असह्य यातना देणारं, विद्रूप, किळसवाणं-असं वृद्धत्व देणार आहे मी तुला!

शर्मिष्ठा : महाराज, हो म्हणा.

देवयानी : जेथे दिवा नाही, स्वर नाही, सोबत नाही, अशा काळोखात अगतिकपणे फिरणारं मृत्यूच्या वेशीसमोर 'दार उघड' म्हणून धाय मोकलीत हंबरडा फोडणारं, शरीराच्या सर्व शक्तींचा चुराडा करणारं, मसणवटीत निर्वाह करणारे कावळेसुद्धा जवळ यायला धजणार नाहीत इतका विद्रूप चेहरा आणि देह असलेलं, आठ जागी वाकलेलं, सांध्यासांध्यातून सडलेलं असं वृद्धत्व!– भयानक – ओसाड – किळसवाणं! – राजा, तुला अखेरचं विचारते –

ययाती : नाही–नाही–नाही!

शर्मिष्ठा : देवी, मी तुझ्यापुढे पदर पसरते. महाराजांच्या वतीनं तुझं मागणं मान्य करते. तू मागितलेलं, न मागितलेलं, सारं सारं द्यायला मी तयार आहे. देवी, दया कर! मी प्रतिष्ठान सोडून जाईन. कधीही परत येणार नाही. शिक्षा करायचीच असली तर देवी, ती मला कर, मला जाळून टाक, वृद्ध कर, विद्रूप कर – काय हवं ते कर! पण महाराजांना शाप देऊ नकोस– दया कर देवी!

देवयानी : माझ्यात अवतरलेल्या रुद्रशक्तीला दया माहीत नाही. तिला माहीत आहे फक्त संहार. जा – दूर हो – (तिला लाथेने दूर लोटते) तुझ्या बलिदानाचं क्षुद्र समाधान मला मिळवायचं असतं तर ते मी केव्हाच मिळवलं असतं. ययाती, मी पुन्हा एकदा विचारते –

ययाती : जे एकदा सांगितलं तेच हजारदा – नाही!

देवयानी : तथास्तु. हे भगवान शंकरा, मी तुझी यथासांग पूजा आणि मंत्रोपासना करून शक्तिमय झाले आहे. पिताजींनी दिलेल्या तपोबलाचं पूर्ण विसर्जन करून मी शाप देते, की या क्षणी हा ययाती राजा–

शर्मिष्ठा : (किंकाळी फोडते) महाराज–

(ययातीच्या पायाला मिठी मारते.)

देवयानी : प्रतिष्ठानचा हा सम्राट, नहुषाचा हा पुत्र, माझा मनात आहे त्याप्रमाणे, अत्यंत अमंगल, विद्रूप, बलहीन, व्याधियुक्त, बीभत्स असं वृद्धत्व धारण करो!

[क्षणभर अंधार. मेघाच्या गडगडाटासारखा आवाज-विजांचा लखलखाट. पुन्हा प्रकाश येतो तेव्हा ययाती खाली कोसळून पडलेला दिसतो. गलितगात्र

स्थितीत तो जमिनीचा आधार घेऊन उठतो. शर्मिष्ठा त्याच्याकडे एकदा पाहते आणि हातांनी एकदम तोंड झाकून दूर जाते व एका आसनावर डोके टेकते. विकलांग व विद्रूप झालेला ययाती धडपडत, थरथरत, मागील बाजूला जातो. तेथे भिंतीला लावलेल्या मोठ्या आरशात त्याला आपले प्रतिबिंब दिसते. तो कर्कश किंकाळी फोडतो आणि जवळच असलेल्या मंचकावर आपले शरीर अगतिकपणाने फेकून देतो. त्याच वेळी देवयानी विकट हास्य करून बोलू लागते.]

देवयानी : संपला! चौदा चौकडीचं राज्य भोगणाऱ्या ययाती राजाचा अवतार संपला! रोगांनी ग्रासलेल्या, किळसवाण्या, अमंगल वृध्दत्वानं तो आपादमस्तक विद्रूप झाला आहे. युद्धात पराक्रम गाजविणारं, मद्याच्या नशेत मग्न होणारं, स्त्रियांना बाहुपाशात ओढणारं, ते सुंदर बलशाली शरीर नाहीसं झालं आणि डोळ्यांनादेखील ओकारी येईल अशा अभद्र फाटक्यातुटक्या कातडीनं त्याच्या प्राणतत्त्वावर पांघरूण घातलं आहे! मित्रांच्या, सचिवांच्या आणि स्त्रियांच्या मेळाव्यांत सुखानं प्रवास करणारा हा कीर्तिमान प्रियदर्शन, सर्वमान्य राजा – आता एकटा पडला आहे! पाण्यात वाहणारा लाकडाचा ओंडका! जगाकडून तिरस्कार, अंत:करणात एकटेपणा आणि शरीरात वेदना! कोण–आता कोण जाणार आहे त्याच्याजवळ?

शर्मिष्ठा : मी जाईन! चांडाळणी, मी जाईन!

[आवेगाने ययातीजवळ जाऊन त्याच्या पायाशी बसते.]

देवयानी : जा आणि आपल्याला दृष्टीचं दान दिल्याबद्दल परमेश्वराचा धिक्कार कर!

शर्मिष्ठा : महाराज, उठा–जागे व्हा! या डाकिणीच्या महालातून बाहेर चला. अहंकाराच्या या भट्टीनं आपल्याला जाळून टाकलं आहे. पण महाराज, मी आहे. मी कल्पांतापर्यंत तुमच्या शेजारी उभी राहीन. तुम्ही विद्रूप असा– वृद्ध– रोगी– अमंगळ कसेही असा–तुम्ही माझे आहात. माझे आहात. कधीही दूर व्हायची नाही मी तुमच्यापासून!

[कच आणि विदूषक येतात.]

शर्मिष्ठा : कचदेव! हे पाहा – काय झालं –

विदूषक : आचार्य, आपल्याला फार उशीर झाला! अरेरे–

देवयानी : कचदेव, हा पाहा प्रतिष्ठानचा सम्राट! गिधाडांनी आणि कावळ्यांनी कोरलेल्या प्रेतासारखा विद्रूप होऊन पडला आहे. (हसत) देवयानीचा क्रोध काय करू शकतो याचं हे प्रत्यंतर! तिन्ही खंडांत आपल्या खड्गाचं तेज मिरविणारा हा विख्यात महावीर, रोगांनी जर्जर झालेला वृद्धापकाळ आपल्या पाठीवर घेऊन पडला आहे. वाळवंटातल्या झाडासारखा एकटा! दु:खावाचून कोणाची सोबत

नाही, रोगावाचून कोणाचं प्रेम नाही! नुसती यातना – मृत्यूकडे दीर्घकाळ फरफटत नेणारी नुसती यातना!

कच : तुझ्या शापामुळे?

देवयानी : होय, माझ्या शापामुळे. देवयानीच्या, या शुक्रकन्येच्या शापामुळे. कन्याधन म्हणून बाबांनी दिलेल्या तपोधनाचा हा प्रभाव आहे. बाबांच्या आशीर्वादानं त्रिखंडातील सारी संहारशक्ती क्षणभर माझ्या अंतरात एकवटली आणि इंद्राच्या हत्तीप्रमाणे जगात डौलानं वावरणाऱ्या या माणसाचा असा चोळामोळा झाला! ययाती महाराज, माझे शब्द आपल्या म्हाताऱ्या कानांपर्यंत पोचतात ना? त्रिवार नाही म्हणणारी तुमची जीभ लुळी पडली नसली तर सांगा–आपला अभिमान अद्याप सुरक्षित आहे की त्याच्यावरही कीड पडली आहे? मघाचा पुरुषार्थ अद्याप अंशमात्र शिल्लक असला तर फिरवा इकडे तोंड आणि आपल्या आवडत्या शर्मिष्ठेला, या कचदेवांना, या विदूषकाला आपलं भयाण रूप दाखवून स्तंभित करा.

विदूषक : (ययातीजवळ जाऊन कोसळतो) राजाधिराज –

देवयानी : आता हा कुठला राजाधिराज? ययाती मेला, त्याचं जिवंत पिशाच्च उरलं आहे. लोक दगड मारून त्याला नगराच्या तटाबाहेर घालवून देतील. या भेसूर पिशाच्चाला आता सिंहासनावर कोण बसू देणार? प्रतिष्ठानचा राजमुकुट आता माझा आहे. हा कसला राजा? हा एक थेरडा लुळापांगळा भिकारी आहे. अंगावरचे कपडे फाटलेले, शरीर सडलेलं, डोळे पाहत नाहीत, कान ऐकत नाहीत, पोटात उपासमारीची आग पेटलेली–अशा अवस्थेमध्ये हा किळसवाणा म्हातारडा आता जंगलातून आणि धर्मशाळेतून भटकायला लागेल! एका बाजूला त्याची ही दीडदमडीची रखेली शर्मिष्ठा–

विदूषक : (उठून) आणि दुसऱ्या बाजूला दीडदमडीचीही किंमत नसलेला मी! भगवती, धान्याचं पोतं रिकामं झालं की दूर पळून जाणारा मी उंदीर नाही. मी माणूस आहे! कोणत्याही परिस्थितीत मी सावलीसारखा महाराजांच्या बरोबर राहीन, याबद्दल नि:शंक असा. ज्या माणसानं आपल्या स्नेहदृष्टीनं माझं आयुष्य कृतार्थ केलं, त्याच्या पायावर पडून – मग तो राजवाड्यात असो नाही तर धर्मशाळेत असो, तरुण असो, म्हातारा असो, रूपवान असो अथवा भुतासारखा अभद्र असो–त्याच्या पायावर पडून मरण, दारिद्र्य, तिरस्कार, उपासमार, काय वाटेल ते सहन करायला मी तयार आहे! आणि देवयानी, तुला मी एक सांगतो–

देवयानी : देवयानी?

विदूषक : होय, देवयानी! तू माझा शिरच्छेद केलास तरी मला त्याची पर्वा नाही. तुला सन्मानानं संबोधून मी माझी जीभ विटाळणार नाही. लक्षात ठेव, महाराजांना अखंड

यातना देण्याची तुझी असुरी इच्छा कधीही पुरी होणार नाही. कोणत्याही दु:खाचा निचरा करणारी एक प्रभावी वल्ली माझ्याजवळ आहे. तुझ्या अथवा तुझ्या बापाच्या तपोबलापेक्षाही अधिक बलवान अशी. आणि ती म्हणजे विनोद, हास्य! महाराज जंगलातल्या वाटेवर असोत, पडशाळेतील पाषाणावर असोत किंवा उपासमारीच्या खाईत असोत. हा विदूषक, छाती फुटेपर्यंत, आपल्या विनोदानं आणि हास्यानं त्यांना त्या यातनेतून बाहेर काढल्याशिवाय राहणार नाही!– महाराजांच्या या –

कच : थांब विदूषका. देवयानी, तू जे केलंस त्याबद्दल तुला पश्चात्ताप वाटत नाही?

देवयानी : पश्चात्ताप! (हसते.) कचदेव, लौकिक संसाराच्या राहुटीबाहेर आपला बिछाना घालणारे तुम्ही नि:संग आहात ना? मीही आता तशीच झाली आहे. दयामाया, करुणा, पश्चात्ताप यांसारख्या साऱ्या गोष्टी आता भूतकाळात जमा झाल्या आहेत. मला फक्त माझ्या मनाचं समाधान– माझ्या मुक्त मनाचं समाधान हवं आहे. आणि ते मी मिळवलं आहे.

कच : ते समाधान मी तुला मिळू देणार नाही.

देवयानी : तुम्ही?

कच : हो, मी! नि:संगाचा बिछाना संसाराच्या राहुटीबाहेर असेल, पण तो माणुसकीच्या मर्यादेबाहेर कधीही नसतो. देवयानी, तुझ्या पित्याकडून मी संजीवनी विद्या मिळवली. संरक्षणाचं साधन म्हणून मी ती मिळवली, पण ती संहाराचं साधन आहे हे माझ्या ध्यानात आल्यामुळे मी आजपर्यंत तिचा कधीही उपयोग केला नाही. तो आज मी करणार आहे. तुझ्या शापातून ययातीला मुक्त करण्यासाठी. मृत्यूवर मात करणारा तो महामंत्र वार्धक्याचंही विसर्जन करू शकतो.

देवयानी : नाही–कचदेव–नाही! तुम्ही माझा असा अपमान करू शकणार नाही. ययातीसाठी–ययातीसाठी–तुम्ही माझी इतकी घोर विटंबना करणार आहात?

कच : ययातीसाठी नव्हे, तुझ्यासाठी.

देवयानी : माझ्यासाठी?

कच : होय देवयानी, तुझ्यासाठी. अजूनही तुझ्यावर माझं प्रेम आहे– म्हणून तुझ्यासाठी. देवी, तू शाप ययातीला दिला नाहीस, स्वत:ला दिला आहेस ययातीच्या यौवनाची तू हत्या केली नाहीस. हत्या केली आहेस ती स्वत:मधल्या माणसाची! विद्रूप तू झाली आहेस. या क्षणाला तू इतकी कुरूप, इतकी भेसूर, इतकी अमंगळ दिसते आहेस की नरकाचे रखवालदारदेखील भयभीत होऊन तुझ्यापासून दूर पळून जातील. म्हणून तुझा अपमान करण्यासाठी नव्हे तर तुझं रक्षण करण्यासाठी मी संजीवनी मंत्राचा उपयोग करणार आहे.

देवयानी : माझ्या संरक्षणाची जबाबदारी तुमच्यावर नाही– कोणावरही नाही. माझ्या समाधानासाठी साऱ्या जगाशी–नव्हे प्रत्यक्ष परमेश्वराशीही संग्राम करायला मी तयार आहे.

कच : परमेश्वराशी संग्राम तू केला आहेस. यापुढेही करशील. पण माझ्याशी मात्र करू शकणार नाहीस.

देवयानी : (अखेरचा प्रतिकार करीत) करीन – हजारदा करीन! कचदेव, तुमचं माझं नातं तुटलं. मी केव्हाच तोडलं आहे ते. या माझ्या राज्यात, माझ्या राजवाड्यात तुम्ही जर माझी अवहेलना करणार असाल तर– प्रतिहार!

कच : कोणीही माझ्या अंगाला हात लावू शकणार नाही. आणि कोणताही प्रतिहार अथवा सेवक तुझ्यासारख्या उन्मत्त स्त्रीची आज्ञा पाळणार नाही.

देवयानी : कचदेव!

कच : तू म्हणालीस, ययाती एकटा आहे. पण तो एकटा नाही हे तू आता बघितलं आहेस. दुःख एकाकी नसतं देवयानी, एकाकी असतो तो अहंकार. माणुसकीचा साक्षात्कार झालेली शर्मिष्ठा– विदूषकासारखी माणसं दुःखाच्या भोवती कडं करून उभी राहतात. तुझ्यासारखी माणसं मात्र अहंकाराच्या आणि क्रोधाच्या काळ्याशार पहाडावर, पंख जळालेल्या गरुडासारखी तडफडत असतात– अगदी एकटी. सांग, आपण एकटे, निराधार आहोत असं तुला वाटत नाही?

देवयानी : (आवेगाने दोन्ही हातांनी तोंड झाकून घेत.) हो–हो– वाटतं आहे!

कच : कोणत्याही दुःखापेक्षा हे दुःख अधिक मोठं आहे. त्यातून तुला मुक्त करण्याचा मी प्रयत्न करणार आहे. देवयानी, तू कितीही म्हटलंस तरी तुझं आणि माझं नातं कधीही तुटणार नाही. जीवनाच्या मार्गावर स्वच्छंदानं भ्रमण करताना मी अनेक देवळांच्या दाराशी उभा राहिलो. अनेक माणसांची आणि कल्पनांची भक्तीनं उपासना केली. पण जिवाभावानं मी प्रेम केलं ते देवयानी, फक्त तुझ्यावर– फक्त तुझ्यावर!

देवयानी : (उद्ध्वस्त झाल्याप्रमाणे) कचदेव, या घटकेला तुमचा मला क्रोध हवा आहे. माझ्या क्रोधावर कोणाचा तरी क्रोध आदळावा त्या आघातातून निघणाऱ्या ठिणग्यांचा माझ्यावर पाऊस पडावा असं वाटतंय मला. मला शिव्या द्या– शाप द्या. कोणत्याही लोखंडाचा प्रहार मी छातीवर घ्यायला तयार आहे–मला हवा आहे तो. पण हे – हे – असं बोलून माझा चेंदामेंदा करू नका.

कच : हाच तुझ्या मुक्ततेचा क्षण आहे. अहंकाराच्या विषारी विळख्यातून तुझं अंतःकरण बाहेर पडत आहे. डोळ्यांतलं ते पाणी आडवू नकोस! लपवू नकोस! देवाच्या दयेचे थेंब आहेत ते. मान उचलून माझ्यांकडे पाहा! बघ, तुझं मघाचं

अमंगळ रूप आता नाहीसं झालं आहे. आश्रम वनाच्या लताकुंजातून, निसर्गाच्या एखाद्या प्रसन्न शक्तीप्रमाणे संचार करणारी ती पूर्वीची देवयानी मला पुन्हा समोर दिसत आहे.

देवयानी : कचदेव, एका भयाण स्वप्नातून मी जागी होत आहे असं वाटतं आहे मला.

कच : देवी, माझ्याशी पतीचं नातं जोडावं अशी तुझी इच्छा होती. पण ती मला सफल करता आली नाही. कोठलंही बंधन नसलेलं मैत्रीचं प्रेम, अनेक बंधनांत ओवलेल्या वैवाहिक प्रेमापेक्षा श्रेष्ठ, फार अधिक श्रेष्ठ आहे, असं मी मानतो. हे प्रेम मी तुला- आणि फक्त तुलाच दिलं आहे. तू काहीही म्हटलंस तरी कच-देवयानी हा समास काळालाही तोडता येणार नाही. तू हे नातं मन:पूर्वक स्वीकारलं असतंस तर ययातीबरोबर तुला सुखानं संसार करता आला असता. पण तसं घडलं नाही. या अलौकिक प्रेमाची जात तू जाणली नाहीस. त्याचा निळा पिसारा कापून त्याला विवाहाच्या पिंजऱ्यात अडकवण्याचा तू प्रयत्न केलास. तो यशस्वी झाला नाही तेव्हा तुला वाटलं, आपला अपमान झाला. आधीच उग्र असलेला तुझा अहंकार दुखावला-जखमी झाला. त्यानं तुझ्या अवघ्या जीवनावरती आपल्या स्वामित्वाचं निशाण लावलं. तुझा संसार उधळला, ययातीला अध:पाताच्या गर्तेकडे लोटलं आणि आज त्याचा बळीही घेतला. वणव्याच्या जाळाप्रमाणे जे वाटेत येईल त्याची राखरांगोळी केली त्या अहंकारानं. शर्मिष्ठेची, ययातीची आणि अखेर तुझीही.

देवयानी : होय, माझीही! त्यांच्यापेक्षा माझीच अधिक. पण मला आता उमजलं आहे. चहूकडून मला चेंगरणारे काळोखाचे चिरे आता हलके हलके दूर होत आहेत. पलीकडचा लाल सोनेरी उजेड दिसू लागला आहे. पण कचदेव, मला एक सांगा, कृपा करून खरं सांगा- माझं सांत्वन करण्यासाठी नव्हे तर मनापासून,-तुम्हाला अजूनही माझ्याविषयी आपुलकी वाटते? मांगाकडून माझं मस्तक तोडलं आणि माणसाच्या जातीला काळिमा लावणारी एक कृत्या म्हणून माझं धड नगरच्या वेशीवर टांगून दिलं, तरीदेखील माझ्या पापाचं पुरेसं शासन मिळालं असं होणार नाही. आणि तरीही तुम्ही माझ्यावर प्रेम करता?

कच : होय. पूर्वीपेक्षाही जास्त.

देवयानी : (भारावून) कचदेव!

कच : ज्याला कोणतेही पाश नाहीत, ज्यात कोणत्याही अपेक्षा नाहीत. ज्याला वासनेचा स्पर्श होत नाही आणि परस्परांच्या जीवनकोषात आक्रमण करण्याची ज्याला तिळमात्र लालसा नाही, असं प्रेम आहे हे. याच प्रेमासाठी, वडलांच्या पायावर हात ठेवून केलेली प्रतिज्ञा मी आज मोडणार आहे- संजीवनी मंत्राचा

पहिला आणि शेवटचा उपयोग करणार आहे.

देवयानी : कच-देवयानी—

कच : शर्मिष्ठे, विदूषका, मी मंत्रोच्चार करीत आहे. उठा आणि परमेश्वराची प्रार्थना करा की हा मंत्रयज्ञ सफल होवो! [शर्मिष्ठा आणि विदूषक हात जोडून उभे राहतात.] आणि देवयानी, तूसुद्धा-

देवयानी : मी?

कच : हो तूही.

देवयानी : पण-पण-कचदेव, या पापकृत्याची मीच जन्मदात्री आहे. माझी प्रार्थना परमेश्वरापर्यंत पोचायची नाही. तुमच्या मंत्रयज्ञात असुरासारखी व्यत्यय मात्र आणील ती.

कच : असं होणार नाही. तुझ्या अहंकाराचं आणि त्यातून निर्माण झालेल्या क्रोधाचं या शुभ घटकेला विसर्जन होत आहे. परमेश्वरासंबंधी शंका बाळगू नकोस. जे मनानं येतील त्यांच्यासाठी त्याच्या कृपेची दारं सदैव मोकळी आहेत. देवी, केवळ ययातीच्या नव्हे, तर तुझ्याही पुनर्जन्माचा हा मंगल क्षण आहे. जोड, हात जोड, आणि ययातीसाठी, माझ्या मंत्राच्या यशासाठी, आणि स्वतःच्या हितासाठी, ईश्वराची प्रार्थना कर.

देवयानी : हो-करते.

[हात जोडून इतरांप्रामाणे उभी राहते. कच प्रार्थनागीत म्हणतो-]

सर्वात्मका सर्वेश्वरा
गंगाधरा शिवसुंदरा ।
जे जे जगी जगते तया
माझे म्हणा करुणाकरा ।।
आदित्य या तिमिरात व्हा
ऋग्वेद या हृदयात व्हा
सुजनत्व द्या, द्या आर्यता
अनुदारता दुरिता हरा ।।

कच : (क्षणभराने) ऊठ ययाती ऊठ! तुझ्या शरीरातील वृद्धत्व नाहीसं झालं आहे, सर्व व्याधीतून तू मुक्त झाला आहेस. तू पुन्हा पूर्वीसारखा तरुण, तेजस्वी, रूपवान आणि बलसंपन्न झाला आहेस. सर्व चराचर विश्वाला आपल्या हृदयाशी धरणाऱ्या त्या सनातनाच्या कृपेनं, देवयानीनं दिलेला शाप तुझ्या देहावरून, मनावरून आणि जीवनावरून बाजूला होत आहे. दशदिशांत वास्तव्य करणाऱ्या हे अष्टपालांनो, पृथ्वीवरच्या मातीला पावन करणाऱ्या हे पार्थिव तत्त्वांनो, आकाशावर आधिपत्य

गाजविणाऱ्या हे प्रकाशदेवतांनो, हृदयस्थ उच्चारानं प्रगट झालेल्या माझ्या संजीवनी मंत्राला आपल्या विविध दयाशील शक्तीचा आशीर्वाद द्या आणि त्याचे आवाहन फलद्रूप करा. सेमम् नो अध्वरम् यज– सेमम् नो अध्वरम् यज– सेमम् नो अध्वरम् यज.

[झोपेतून जाग आल्याप्रमाणे पूर्वरूप प्राप्त झालेला ययाती हलके हलके उठतो आणि उभा राहतो. शर्मिष्ठा–विदूषक त्याच्याकडे आवेगाने जातात. शर्मिष्ठा त्याच्या पायाला मिठी मारते आणि विदूषक त्याचा हात आपल्या कपाळाला लावतो. कच सस्मित मुद्रेने हे दृश्य पाहतो. देवयानी डोळे मिटून, हात जोडून तशीच उभी असते.

ययाती कचाला अभिवादन करतो. कच भरतवाक्य गातो–]

तम निशेचा सरला–सरला ।।

अरुण कमल प्राचीवर फुलले

प्रकाश परिमल गगनी भरला ।।

पावन मंगल जीवन झाले

शिवदयेचा दीप या भवि दिसला ।।

[पडदा]

संगीत ययाती आणि देवयानी

रामदास कामत

तात्यासाहेब शिरवाडकरांचे 'संगीत ययाती आणि देवयानी' हे नाटक गोपीनाथ सावकार यांनी त्यांच्या 'कलामंदिर' या नाट्यसंस्थेतर्फे दि. २० ऑगस्ट १९६६ रोजी रंगभूमीवर आणले. पहिला प्रयोग मुंबई मराठी साहित्य संघाच्या रंगभूमीवर सादर केला गेला. नाटक सुरुवातीला गद्यस्वरूपात होते. नंतर कलाकारांच्या गायनक्षमतेप्रमाणे त्यात गाणी रचली गेली. प्रयोगात प्रमुख पात्रयोजना अशी होती–

ययाती :– मास्टर दत्ताराम, कच :– रामदास कामत, संन्यासी :– परशुराम सामंत, विदूषक :– छोटू सावंत, देवयानी :– लता काळे, शर्मिष्ठा :– कान्होपात्रा.

माझा नाटकाशी आणि नाटककाराशी संबंध आला तो सावकारांनी नाटक करायचे ठरवले तेव्हापासून! नाटक लिहिले जात होते त्या वेळी माझा काहीही संबंध आला नाही.

नाटक लिहून झाल्यानंतर प्रथम ते मुंबई मराठी साहित्य संघाकडे प्रयोग निर्मितीसाठी गेले. माझ्या माहितीप्रमाणे त्यांच्याकडे प्रमुख भूमिकांचे वाटप असे होणार होते–

ययाती :– दाजी भाटवडेकर, देवयानी :– रजनी जोशी, शर्मिष्ठा :– निर्मला गोगटे.

परंतु साहित्य संघाकडून नाटकाची निर्मिती होऊ शकली नाही. नंतर ते मो. ग. रांगणेकरांच्या 'नाट्यनिकेतन' संस्थेकडे गेले. रांगणेकरांना नाटकाचा तिसरा अंक पसंत पडला नाही. म्हणून तो बदलण्याची त्यांनी तात्यासाहेबांना विनंती केली. तात्यासाहेबांनी या गोष्टीला नकार दिला. परंतु प्रयोगक्षमतेसाठी काही वाक्ये गाळणे किंवा नाटकाचे काही प्रमाणात संकलन करणे त्यांना अमान्य नव्हते.

याच सुमारास गोपीनाथ सावकार यांनी 'लोकसत्ता' दैनिकाचे माजी संपादक ह.रा. महाजनी यांनी लिहिलेले 'संगीत शंकुतला' नाटक आपल्या कलामंदिर या संस्थेतर्फे रंगभूमीवर आणले होते. त्यात दुष्यंत झाले होते गायक वसंतराव कुलकर्णी

आणि शकुंतला होती कान्होपात्रा! या नाटकाचे संगीत दिग्दर्शन सुप्रसिद्ध गायक वामनराव खडोलीकर यांनी केले होते. त्यांनी चाली चांगल्या दिल्या होत्या. नेपथ्यकार दिवेकर यांनी नाटकाचे नेपथ्य फार सुंदर केले होते. या नेपथ्यावर सावकारांनी बराच खर्च केला होता. परंतु दर्दैवाने नाटक सपशेल पडले. त्यामुळे सावकार हताश झाले, परंतु नामोहरम झाले नाहीत. 'शकुंतला' नाटकाचे नेपथ्य उपयोगी पडेल अशा नाटकाच्या शोधात ते राहिले. नेमके याच वेळी मो.ग. रांगणेकर यांनी 'ययाती आणि देवयानी' नाटक स्वीकारायला असमर्थता दर्शवल्यामुळे ते सावकारांच्याकडे आले. त्यांनी नाटक वाचले आणि ते अतिशय प्रभावित झाले. त्यांनी ताबडतोब नाटक स्वीकारले. शिवाय नाटकासाठी वेगळे नेपथ्य करण्याची आवश्यकता नव्हती. कारण 'संगीत शकुंतला' नाटकाचे नेपथ्य या नाटकाला उपयुक्त ठरणार होते.

त्या वेळी सावकार मधुमेहाने आजारी होते. अशा स्थितीत त्यांना गँगरीन झाल्याकारणाने त्यांचा एक पाय कापला होता. काठीशिवाय त्यांना चालता येत नव्हते. अशा परिस्थितीत दैवी आपत्तीवर मात करून नवीन नाटक रंगभूमीवर आणण्यासाठी त्यांनी जो उत्साह आणि जिद्द दाखविली ती तरुणालाही लाजवेल अशी अचाट होती.

नाटक प्रयोगक्षम करण्यासाठी काही लिखाणाची त्यांनी काटछाट केली. त्या वेळी मी हजर होतो. सावकार म्हणायचे की, तात्यासाहेबांचे लिखाण एवढे उत्कृष्ट दर्जाचे आहे की त्यातल्या काही लिखाणावर कात्री चालविताना मला फार यातना होतात. परंतु प्रयोगाच्या वेळेचे बंधन पाळण्यासाठी आणि नाटक प्रयोगक्षम करण्यासाठी नाइलाजाने काही वाक्ये गाळावी लागतात.

सावकारांनी देवयानीची भूमिका प्रथमतः सुहासिनी मुळगांवकर यांना देऊ केली होती. सुहासिनीची शारीरिक उंची माझ्यापेक्षा थोडी जास्त असल्याकारणाने मला कचाची भूमिका मिळणार नव्हती. ती भूमिका करण्यासाठी नाना पोळ नावाच्या दुसऱ्या एका नटाची सावकारांनी निवड केली होती. हा नट गद्य असल्याकारणाने आणि मा. दत्ताराम ययातीची भूमिका गद्य स्वरूपात करणार असल्याकारणाने, देवयानीची भूमिका करणाऱ्या सुहासिनी आणि शर्मिष्ठेची भूमिका करणाऱ्या कान्होपात्रा, या दोन्ही स्त्री कलावंतांच्या वाट्यालाच फक्त गाणी आली असती.

सुहासिनीने देवयानीची भूमिका करायला नकार दिल्याकारणाने सावकारांनी कोल्हापूरच्या लता काळे या नवोदित अभिनेत्रीची निवड केली. हा बदल केल्याकारणानेच मला कचाची भूमिका मिळाली. त्यामुळे गाणारे कलावंत आम्ही तिघे झालो; मी, कान्होपात्रा आणि लता काळे.

नंतर सावकारांनी नाटकात गाण्याच्या जागा निवडून तात्यासाहेबांना आम्हा

तिघा कलाकारांसाठी गाणी करायला सांगितले. त्यानंतर तात्यासाहेबांनी नाटकात गाणी रचली.

मला कचाची भूमिका देऊन प्रयोग सुरू झाल्यानंतर एक दिवस निवांत वेळी मी सावकारांना प्रश्न केला, 'सुहासिनी मुळगांवकरने जर देवयानीची भूमिका स्वीकारली असती, तर तिच्याएवढा मी उंच नसल्याकारणाने कचाची भूमिका मला न देता तुम्ही दुसऱ्या एका गद्य नटाला दिली असती. असे झाले असते तर नाटकात दोन्ही गाणाऱ्या स्त्रिया आणि पुरुष गायकनट कोणी नसल्याकारणाने नाटकातला गाण्याचा तोल (बॅलेन्स) राहिला नसता याचा तुम्ही विचार केला नव्हता का? दुसरी गोष्ट. ययातीची भूमिका तुम्ही मा. दत्तारामबापूंना दिली. त्यांची उंची माझ्यापेक्षा जास्त नव्हती, माझ्याएवढीच होती, मग सुहासिनीच्या उंचीपुढे दत्तारामबापू माझ्यासारखे खुजे वाटले नसते का? ययाती आणि देवयानी या दोघांचे प्रवेश जेवढे निकटच्या सहवासाचे आहेत, तेवढे कच आणि देवयानीचे नाहीत. अशा परिस्थितीत तुम्ही ययातीच्या भूमिकेसाठी सुहासिनीच्या उंचीला शोभेल अशा नटाची निवड केली असती का? दत्तारामबापू बुटके असले तरी ते उत्कृष्ट नट असल्याकारणाने त्यांना गाळायचे तुमच्या मनात नव्हते, मग माझ्याच बाबतीत तुम्ही असा निर्णय का घेतला होता? अर्थात कुठल्या नटाला निवडायचे आणि कुणाला नाही, हा नाटकाचे निर्माते म्हणून सर्वस्वी तुमचा अधिकार आहे. मी केवळ नाटकाच्या रंगतीच्या आणि यशस्वितेच्या दृष्टीने बोलत आहे. मला कचाची भूमिका देऊन गाणी घातल्याकारणाने, दोन गाणाऱ्या स्त्रिया आणि एक गाणारा पुरुष असे झाल्याकारणाने नाटकाची रंगत वाढली हे तुम्ही पाहताच.' या माझ्या बोलण्यावर सावकार गप्प राहिले, त्यांनी काहीच प्रतिक्रिया दिली नाही.

सुरुवातीला विदूषकाची भूमिका छोटू सावंत हा नट करत होता. पण तो कामात कमी पडत होता आणि त्यामुळे विदूषकाची भूमिका पाहिजे तेवढी परिणामकारक होत नव्हती. वास्तविक विदूषकाची भूमिका आपल्याला मिळावी म्हणून गोपीनाथ सावकारांचा भाचा, आजचा प्रसिद्ध नट अशोक सराफ याने सावकारांचा पिच्छा पुरवला होता. परंतु नाटकाचा व्यवसाय आपल्याला लाभदायक ठरला नाही, तशीच परिस्थिती अशोकवर येऊ नये म्हणून त्याला विदूषकाचे काम द्यायला त्यांनी नकार दिला होता. पण अशोक सर्व तालमींना हजर असायचा आणि त्याने विदूषकाची भूमिका चोख पाठ करून ठेवली होती.

परंतु एकदा परिस्थिती अशी निर्माण झाली की, अशोकला ती भूमिका दिल्याशिवाय गत्यंतरच राहिले नाही. त्याचे असे झाले, नाटकाचा गोव्यात दौरा होता. पहिला प्रयोग पणजीला होता. त्या प्रयोगानंतर छोटू सावंतला एकाएकी

फेशियल पॅरॅलिसिसचा अॅटॅक आला. त्याला औषधोपचारासाठी मुंबईला पाठविले. दुसऱ्या दिवशी वास्कोला प्रयोग होता. त्यात खुद्द सावकारांनी लंगड्या अवस्थेत विदूषकाचे काम केले. त्याच दिवशी अशोक सराफला मुंबईला टेलिग्राम पाठवून बेळगावच्या तिसऱ्या दिवशीच्या प्रयोगासाठी बोलावून विदूषकाचे काम करायला लावले. अशोकची विनोदाची बाजू भक्कम असल्याकारणाने त्याने काम उत्तम केले. त्यामुळे नाटकाची यशस्विता आणखी वाढली.

नटश्रेष्ठ परशुराम सामंत संन्याशाची भूमिका उत्कृष्ट वठवीत असत, वेडाचा झटका आलेल्या माणसाचे बेअरिंग ते उत्तम दाखवीत असत. हा संन्यासी पूर्वी रानावनात फिरत होता, त्यासाठी त्याचे काम करणारा नट शरीराने कृश असायला पाहिजे होता. याच्या उलट परशुराम सामंत शरीराने मजबूत आणि अंगापिंडाने बलदंड होते, हा मुद्दा पकडून रांगणेकरांनी या विसंगतीविषयी नाक मुरडले होते. पण सामंताचे काम वाखाणण्याजोगे होत असे.

सामंतांच्या बलदंडपणाची एक गंमत सांगण्यासारखी आहे. पुण्याच्या भरत नाट्यमंदिरांत एक प्रयोग होता. दुसऱ्या अंकाच्या पहिल्या प्रवेशांत संन्यासी उन्मत्त झालेला असतो आणि त्याला निःशस्त्र करून उन्मादावस्थेत साखळदंडांनी बांधून दोघे रक्षक त्याला ययातीसमोर आणतात. त्या प्रयोगाला पुण्याच्याच दोन किरकोळ कामे करणाऱ्या नटांना, दोन्ही रक्षकांच्या भूमिका दिल्या होत्या. रंगभूमीवर प्रवेश करण्यापूर्वी विंगेत उभे असताना सामंतांनी त्या दोघा रक्षकांना बजावले की मी रंगभूमीवर प्रवेश करताना साखळदंडांनी बांधलेल्या अवस्थेत जोराचा हिसका मारून रंगभूमीवर जातो, तेव्हा तुम्ही सांभाळून राहा. ते दोघेही नट हसत म्हणाले, 'सामंत, विसरू नका, आम्ही दोघेजण आहोत. तुम्हाला आवरायला मुळीच कठीण जाणार नाही.' एवढ्यात सामंतांची एंट्री आली आणि जबरदस्त हिसका मारून रंगभूमीवर प्रवेश घेतला. त्या हिसक्याबरोबर ते दोघेही नट अक्षरशः कोलमडले आणि रंगभूमीवर दाणकन खाली आपटले. दोघांनाही डोक्याला आणि अंगाला मार लागला. दोघेही रक्षक पाय वर करून रंगभूमीवर पडलेले पाहून प्रेक्षकांत एकच हशा पिकला!

नाटकाच्या संगीत दिग्दर्शनाची जबाबदारी पं. जितेंद्र अभिषेकी यांनी उत्तम रीतीने सांभाळली. त्यांचे संगीत दिग्दर्शन असणारे बहुतेक तिसरेच नाटक असावे, पहिले वसंत कानेटकरांचे 'मत्स्यगंधा', दुसरे वसू भगत यांचे 'वासवदत्ता' आणि तिसरे शिरवाडकरांचे 'ययाती आणि देवयानी'. नाटकाची सर्वच गाणी लोकप्रिय झाली. त्यांच्या संगीत दिग्दर्शन कौशल्याच्या हकिकती सांगण्याचा मोह आवरत नाही.

'प्रेम वरदान' हे गाणे प्रथम त्रितालात बसविले होते. ते त्यांनी मला शिकविले. ते ऐकल्यावर त्या चालीमुळे गाण्याचा जो परिणाम व्हायला हवा होता तो होत नाही

असे मला वाटले. मी त्यांना तसे बोलून दाखविले. ते त्या वेळी माझ्यावर रागावले. म्हणून नाटकातल्या तिसऱ्या अंकातली कचाची भाषणे मी त्यांना ऐकविली. त्यानंतर त्यांना माझ्या सूचना पटल्या. नंतर गाण्याची मूळ चाल न बदलता त्याचा फक्त ताल बदलला म्हणजे त्रिताल बदलून झपतालमध्ये बांधली. त्यानंतर गाण्याचा योग्य तो परिणाम व्हायला लागला.

दुसरी हकीकत म्हणजे नाटकातले अत्यंत गाजलेले 'सर्वात्मका सर्वेश्वरा' हे गाणे. या गाण्याची चाल अभिषेकीबुवांनी नाटकाच्या प्रथम प्रयोगाच्या आदल्या दिवशी संध्याकाळी एच.एम.व्ही. स्टुडिओमध्ये बांधली आणि लगेच मला शिकविली. बसल्या जागी चाल लावायचा त्यांचा आवाका पाहिल्यावर मन थक्क होऊन जाते. आज ते ऐकताना अभिषेकीबुवा किती उच्च कोटीचे आणि द्रष्टे संगीतकार होते याची प्रचिती आली.

संगीत नाटकांमध्ये संगीत नाटकाला पूरक असावे, त्याने नाटकावर कुरघोडी करू नये अशा मताचे सावकार होते. प्रत्येक गाणे पाच ते सात मिनिटांपेक्षा जास्त गाता कामा नये, असे त्यांनी आम्हा गायक कलाकारांना बजावून ठेवले होते. विशेषतः 'यतिमन मम मानित त्या एकल्या नृपाला' हे गाणे पाच मिनिटांपेक्षा जास्त गाता कामा नये, असे त्यांनी मला सांगितले होते. कारण या गाण्याच्या वेळी आठ पात्रे रंगभूमीवर असतात. 'तू जर जास्त वेळ गायला लागलास, तर त्या आठ पात्रांनी काय करायचं?' असा त्यांचा सवाल होता. तीस–चाळीस प्रयोग झाल्यानंतर त्या गाण्यावर माझी चांगली पकड बसली, म्हणून साहित्य संघातल्या एका प्रयोगाला मी ते जवळ जवळ सात मिनिटे गायलो. लोकांना गाणे आवडले, त्यांनी टाळ्यांचा कडकडाट केला. प्रवेश संपून आत आल्यावर सावकार माझ्यावर ओरडले. त्यांचा राग अनावर झाला आणि जास्त वेळ गायल्याबद्दल तुझे डोकेच फोडतो असे म्हणून हातातली काठी माझ्यावर उगारली. ''तू गाणं लांबवलंस त्या वेळी तुझ्या आजूबाजूला असलेल्या आठ पात्रांनी काय करायचं? कितीही टाळ्या पडल्या तरी यापुढे गाणं लांबवता कामा नये,'' असा त्यांनी मला दम दिला.

नाटकाच्या शुभारंभाच्या प्रयोगाला त्या वेळचे महाराष्ट्राचे एक महत्त्वाचे मंत्री बाळासाहेब देसाई हे प्रमुख पाहुणे म्हणून उपस्थित होते. प्रयोग फारच चांगला झाला. संगीत 'मत्स्यगंधा'चे प्रयोग त्या सुमारास जोरात चालले होते. त्यामुळे या नाटकाचे बुकिंग सुरुवातीला थोडेसे अडखळत होते. पण नंतर माझ्या गाण्याच्या रेकॉर्ड्स् बाजारात आल्यावर जोरात व्हायला लागले.

असा थोडक्यात या नाटकाच्या निर्मितीचा इतिहास आहे.

'ययाती आणि देवयानी' नाटकातील गाणी

या नाटकातील सर्व गाणी शिरवाडकरांनीच रचलेली आहेत. त्यातील नांदी मात्र पं. जितेंद्र अभिषेकी यांनी रचलेली आहे. शब्द खाली दिल्याप्रमाणे –

नांदी

शंकर हर त्रिपुर हनन
गंगाधर नीलकंठ जटाजूट पंचवदन ॥धृ॥
गिरिजापती भूताधिप
चंद्रमौली मूलस्वरूप
शिवपिनाका मदन दहन ॥१॥

पुस्तक छापल्यानंतर काही गाण्यांमध्ये काही शब्द किंवा गाण्याची एखाददुसरी ओळ, गाण्याच्या चालीसाठी बदललेली आहे. मूळ गाणे आणि त्यातला बदल खाली दिला आहे. त्याचप्रमाणे पहिल्या अंकात देवयानीसाठी एक जादा गाणे रचले होते, ते पुस्तकात छापले गेलेले नाही, तेही खाली दिले आहे.

१) अंक १, पृष्ठ १   (एक ओळ बदलली)

(मूळ शब्द)

तिमिरातुनी तेजाकडे
ने दीप देवा जीवना
ज्योतीपरी शिवमंदिरी
रे जागवी माझ्या मना ॥
दे मुक्तता भयहीनता
अभिमान दे दे लीनता
दे अंतरा शुभदायिनी
मलयानिलासम भावना ॥

तिमिरातुनी तेजाकडे
ने दीप देवा जीवना
ज्योतीपरी शिवमंदिरी
रे जागवी माझ्या मना ॥
मांगल्य दे दे मुक्तता
अभिमान दे दे लीनता
दे अंतरा शुभदायिनी
मनयानिलासम भावना ॥

(बदललेली ओळ अधोरेखित करून दाखविलेली आहे.)

अंक १ – पृष्ठ ६ (देवयानीचे पद)

(मूळ पुस्तकातले शब्द)

स्वर्ग मला सुभग आज
धरतीवर गवसला
अमरांसहि अजय असा
राजमुकुट लाभला ॥
भुवनवीर पति नृपाल

(बदललेले गाणे)

होई मना मुदित आज
भाग्यचंद्र उगवला
इंद्रहि हो चकित असा
कनकगिरीत लाभला ॥
सिंहासन पति नृपास

अतुल विभव बल विशाल
नंदनमय जीवनात
कल्पवृक्ष बहरला ।।

अमित दास शत महान
कल्पवृक्ष खचित गमे
जीवनात बहरला ।।

पहिला अंक – पृष्ठ २०
(नवीन गाणे जे पुस्तकात छापलेले नाही)
देवयानी... म्हणून निक्षून सांगते, देवयानीजवळ क्षमा नाही, काल नव्हती आणि आजही नाही.

अशिव मन कधिही ना साही
तपी थोर मुनी त्यांची दुहिता
दुरिता वरिन अशा लांच्छना, नाही ।।
मानस हृदयी विहरे
विमल हंस होय तया
काक पद जेथ मलिन सदन त्या
दुरित मला विषसे । दाहि विषसे । दाहि ।।

दुसरा अंक– पृष्ठ ४० कचाचे पद
(मूळ गाणे)
मी मानापमाना
नच मानितो
ना मना तो मोह आता ।।
गौरव निंदा समान त्याला
ज्यास सदाशिव त्राता ।।

(बदललेले शब्द)
मी मानापमाना
नच मानितो
ना जीवासी तो संग ।।
कधि जळाच्या तळ ही न रिघती
दिन रजनीचे रंग ।।

दुसरा अंक–पृष्ठ ४१ कचाचे पद
(मूळ गाणे)
प्रेम वरदान
स्मर सदा
असे भवा, हाचि भगवान ।।
स्नेह सुगंधित करि संसारा
दाहि गरल वैर अभिमान ।।

(बदललेले शब्द)
प्रेम वरदान
स्मर सदा
अरे भवा, हेचि वरदान ।।
स्नेह सुगंधित करि संसारा
दाहि गरल वैर अभिमान ।।
(बदललेले शब्द अधोरेखित केले आहेत.)

तिसरा अंक- पृष्ठ ५९ शेवटची भैरवी-कचाने गायलेली

(मूळ गाणे)	(बदललेले शब्द)
तम निशेचा सरला-सरला	तम निशेचा सरला
अरुण कमल प्राचीवर फुलले	अरुण कमल प्राचीवर फुलले
प्रकाश परिमल गगनी भरला ।।	परिमल या गगनी भरला ।।
पावन मंगल जीवन झाले	पावन शिव जग अवघे झाले
शिवदयेचा दीप या भवि दिसला ।।	तव दयेचा दीप रे ।।

पुस्तकात छापलेल्या इतर गाण्यांत फरक नाही.

सावकारांच्या निधनानंतर मुंबई मराठी साहित्य संघाने नाटकाचे अधिकार घेऊन प्रयोग सुरू ठेवले. त्यांनी दोन पात्रे बदलली. शर्मिष्ठा आणि देवयानीच्या भूमिकेसाठी कान्होपात्रा आणि लता काळे यांच्याऐवजी कीर्ती आणि लता शिलेदार या अभिनेत्री काम करत होत्या.

साधारणपणे १९९२-१९९३ च्या दरम्यान मी हे नाटक पुण्याच्या भरत नाट्यमंदिरामध्ये सादर केले. मी कचाची भूमिका केली. इतर पात्रे अशी होती.

ययाती :- उदय लागू, चंदू डेगवेकर, रवींद्र खरे.

देवयानी :- क्षमा वैद्य.

शर्मिष्ठा :- प्रतिभा देशपांडे

विदूषक :- चंदू डेगवेकर, डॉ. राम साठे.

गेल्याच वर्षी, आनंद कोल्हटकर (चित्तरंजन कोल्हटकरांचा मुलगा) यांनी 'वरद रंगभूमी'च्या बॅनरखाली नाटकाचे काही प्रयोग केले. त्यात रमेश भाटकर-ययाती, भाग्यश्री देसाई- देवयानी, सुचेता अवचट- शर्मिष्ठा, जयंत सावरकर- विदूषक, संजीव मेहेंदळे- कच यांनी भूमिका केल्या.

पुण्याच्या भरत नाट्यमंदिरानेही नाटकाचे प्रयोग केले आहेत.

www.ingramcontent.com/pod-product-compliance
Lightning Source LLC
LaVergne TN
LVHW020135230825
819400LV00034B/1177